அந்திம காலத்தின் இறுதி நேசம்

சிங்களச் சிறுகதைகள்

அந்திம காலத்தின் இறுதி நேசம்

சிங்களச் சிறுகதைகள்

தக்ஷிலா ஸ்வர்ணமாலி

தமிழில்

எம். ரிஷான் ஷெரீப்

திரை

அந்திம காலத்தின் இறுதி நேசம்

சிங்களச் சிறுகதைகள்

© தக்ஷிலா ஸ்வர்ணமாலி

thakshilasvarnamali@gmail.com

தமிழில்: எம். ரிஷான் ஷெரீப்

mrishansh@gmail.com

முதல் பதிப்பு: பிப்ரவரி 2021, ஆதிரை

முகப்பு அட்டை: றஷ்மி

உள்வடிவமைப்பு: ஜீவமணி

ஆதிரை வெளியீடு

திருநெல்வேலி, யாழ்ப்பாணம்

இலங்கை

விலை: ₹ 150.00

---

anthima kaalaththin iruthi nesam

Sinhala Short Stories

© Thakshila Swarnamali

thakshilasvarnamali@gmail.com

Translated by: M.rishan Shareef

mrishansh@gmail.com

First Edition: February 2021, Aathirai

Cover Design: Rashmi

Layout: Jeevamani

Aathirai Publications

Thirunelvely, Jaffna

SriLanka

aathiraipub@gmail.com

Distribution licence:

Discovery Book Palace (p) Ltd.,

No 6, Mahavir Complex, Munusamy Salai

KK Nagar, Chennai 600 078

Ph: 91-44-4855 7525 | Mobile: 91 87545 07070

Email: discoverybookpalace@gmail.com

Price: ₹ 150.00

ISBN: 978-62-49732-50-6

தக்ஷிலா ஸ்வர்ணமாலி

இலங்கையைச் சேர்ந்த பெண் எழுத்தாளரான தக்ஷிலா ஸ்வர்ணமாலி இலங்கை, களனி பல்கலைக்கழகத்தில் சமூகவியலில் முனைவர் பட்டம் பெற்றவர். பாடசாலை ஆசிரியை. சிங்கள இலக்கிய உலகில் சிறுகதை, கவிதை, நாவல் படைப்புகள் வழியாக நன்கு அறியப்பட்டவர். சமூக ஆய்வுகளிலும், சிறுவர் இலக்கியத்திலும் ஆர்வம் உள்ளவர்.

எம். ரிஷான் ஷெரீப்

இலங்கையைச் சேர்ந்த தமிழ் எழுத்தாளரான எம். ரிஷான் ஷெரீப் சிறுகதை, கவிதை, மொழிபெயர்ப்பு, கட்டுரை, ஊடகவியல், புகைப்படவியல் போன்ற துறைகளில் பங்களிப்பு செய்து வருகிறார். சிங்களம், ஆங்கிலம் ஆகிய மொழிகளிலிருந்து தமிழுக்குத் தொடர்ச்சியாக மொழிபெயர்ப்புகளை மேற்கொள்கிறார். இலங்கை அரச சாகித்திய விருது, இந்தியா வம்சி விருது, கனடா இயல் விருது போன்ற விருதுகளை வென்றுள்ளார். சிங்களம், ஆங்கிலம் ஆகிய மொழிகளில் இவரது படைப்புகள் மொழிபெயர்க்கப்பட்டு வெளியாகியுள்ளன.

தக்ஷிலா ஸ்வர்ணமாலி கதைகள்

- □ நிலத்தை மொழிபெயர்த்தல்: தக்ஷிலா ஸ்வர்ணமாலி 9
- □ நேசங்களின் ஆத்ம பாஷை: எம். ரிஷான் ஷெரீப் 10
- 01 தெரு வழியே... 13
- 02 மாங்காய் பருவத்தில், அருண் தனித்திருந்த மேலுமொரு நாள் தொடங்கியது 21
- 03 அன்றைக்குப் பிறகு அவன், அவளருகே வரவேயில்லை 34
- 04 அந்திம காலத்தின் இறுதி நேசம் 48
- 05 எப்போதும் மேரி நினைவில் வருகிறாள் 66
- 06 நந்தியாவட்டைப் பூக்கள் 73
- 07 பொட்டு 87
- 08 இப்போதும் இருவரும் இடைக்கிடையே சந்தித்துக் கொள்கிறோம் 96
- 09 ஒரே திடல் 109
- 10 தங்கையைத் தேடித் தேடி அவன் அலைந்தான் 119

நிலத்தை மொழிபெயர்த்தல்

நீங்களும் நானும் மண்ணில் பிறந்து, மண்ணில் வாழ்ந்து, மண்ணிலேயே மரணித்துக் கொள்கிறோம். இந்த மண்ணில்தான் சந்தித்திருக்கிறோம். இப்போதும் இந்த மண்ணை நேசிக்கிறோம்.

எம்மைச் சூழவும் கட்டியெழுப்பப்பட்டுள்ள வர்த்தக வாணிபக் கொண்டாட்டங்கள், எமது பிள்ளைகளை, இந்த மண்ணுக்குள் மூடி மறைக்கப்பட்டுள்ள உண்மைகளைவிட்டுத் தொலைவாக்கியுள்ளன. இடர் மிகுந்ததெனினும் கௌரவத்துக்குரிய கடந்த காலத்தின் ஞாபகங்களை மறக்கச் செய்யக் கூடிய கொண்டாட்டங்கள் நிறைந்த இவ்வுலகை நோக்கி, பலம் மிக்க கரங்கள் எம்மைத் தள்ளிக் கொண்டேயிருக்கின்றன.

எப்போதும் தமிழ் எழுத்துக்களைக் காண்கையில் அவற்றுள், இம் மண்ணில் கலைந்து போன விடுதலையின் கனவு, தவிர்க்கவே முடியாமல் எனக்கு தென்படுகிறது. தமிழ் எழுத்துகளை வாசிக்கும், தமிழ் எழுத்துக்களை எழுதும், தமிழ் மொழியால் சிந்திக்கும் உங்கள் அனைவரையும் நான் மிகவும் நேசிக்கிறேன் என்பதைத் தெரிவிக்க இத்தருணத்தை ஒரு வாய்ப்பாக எடுத்துக் கொள்கிறேன். எந்த மொழியைப் பேசுபவராகிலும், துயருற்ற மக்களுக்காகப் போரிட்ட அனைத்துத் தோழர்களையும், சகோதரர்களையும் நான் மிகவும் மதிப்பதையும் எழுதி வைக்கிறேன்.

மண்ணில் இருந்துகொண்டு மண் குறித்து நான் எழுதும் சிங்கள எழுத்துக்களை, தமிழ் எழுத்துக்களாக மாற்றும் ரிஷானுக்கு மிகவும் நன்றி.

21.01.2021 ***தக்ஷிலா ஸ்வர்ணமாலி***

நேசங்களின் ஆத்ம பாஷை

வறிய மற்றும் மத்தியதர வகுப்பினரின் வாழ்க்கை பலவித அழுத்தங்களைக் கொண்டிருக்கும். வெளியேயிருந்து பார்க்கும்போது பளபளப்பாகத் தென்படும் மத்திய தரப்பினரின் ஜீவிதங்கள் எப்போதும் மெல்லிய பதற்றத்தோடுதான் கழிந்து கொண்டிருக்கும். பலவித காரணங்களால் அவை காயம் பட்டிருக்கும். அவ்வாறான காயங்கள் எவற்றால் ஏற்பட்டிருக்கின்றன என ஆராய்ந்து பார்க்க, அந்தத் தரப்பினருக்குள் வாழ்க்கை நடத்த மிகவும் பாடுபட்டுக் கொண்டிருக்கும் நபர்களின் ஆத்ம பாஷை மிகவும் உபயோகமாகும். அவ்வாறான, வறிய மற்றும் மத்திய குடும்பங்களைச் சேர்ந்த ஒருவர், வழமைக்கு மாறாக தனது சமூக அந்தஸ்தையோ, அடுத்தவர் என்ன நினைப்பார் என்பதைப் பற்றியோ சிறிதும் பொருட்படுத்தாமல், தனக்குப் பிடித்தவர் மீது காட்டும் பாசத்தை, அவர்களது ஆத்ம பாஷையில் தக்ஷிலா இக் கதைகளில் எடுத்துக் கூறியிருக்கிறார்.

செல்வச் செழிப்பும், மிகுந்த வசதிகளும் கொண்ட மேட்டுக்குடிகளாக தாம் வாழ்வதாக, அடுத்தவர்களின் பார்வைக்குக் காட்டப் பாடுபடும் பரிதாபத்துக்குரிய மத்திய தரப்பினரின் ஜீவிதங்கள், போலி மற்றும் வீண் பகட்டுகளின் மீது கட்டியெழுப்பப்பட்டவை. அதை அவர்களே அறிவார்கள் எனினும் மீள வழியற்று அதிலேயே புதைந்து போயிருக்கிறார்கள். நகரத்துக்கும், கிராமத்துக்குமிடையே மானசீகமாக அலையடித்துக் கொண்டிருக்கும் அவ்வாறானவர்களின் ஜீவிதங்கள் மீது சமூகம், பொருளாதாரம், அரசியல் மற்றும் கலாசார அதிர்வுகள் திணிக்கும் தாக்கங்களை இந்தத் தொகுப்பிலுள்ள அனைத்துக் கதைகளும் மறைமுகமாக எடுத்துரைக்கின்றன. செம்மண் புழுதி வாசனை நிரம்பிய கிராமங்கள் அருகி, கிராமங்களும், கிராமத்து மக்களும் நவீன மயமாகி வரும் இந்தக்

காலகட்டத்தில், கிராமத்து மண்ணும், அங்குள்ள தாழ்வாரங்கள் மற்றும் திண்ணைகளுள்ள வீடுகளும்தான் தக்ஷிலாவின் கதைக் களங்களாக அமைந்திருக்கின்றன.

'அந்திமக் காலத்தின் இறுதி நேசம்' எனும் இச் சிறுகதைத் தொகுப்பு எளிய குடும்பங்களின் பலவிதமான நேசங்களை மண்வாசனையோடு எடுத்துரைக்கின்றன. இந்தக் கதைகள் அனைத்தும் கதாசிரியையின் அனுபவங்களினூடாக உதித்தவை என்பதால் பெறுமதி மிக்கவையாகவும், மனதைத் தொடுபவையாகவும் அமைந்திருக்கின்றன. சிங்கள மொழியில் நேரடியாக எழுதப்பட்ட, அருமையான (பெரும்பாலும் தமிழ் சமூகம் அங்கீகரிக்காத) இந்த நேசக் கதைகளை தக்ஷிலா தமிழில் நேரடியாக எழுதியிருந்தால் தமிழ் இலக்கியச் சூழலில் பெரும் சர்ச்சை வெடித்து, அது தக்ஷிலாவை மௌனிக்கச் செய்திருக்கும். அந்த வகையில் தக்ஷிலா தப்பித்து விட்டார் என்றே தோன்றுகிறது.

மொழிபெயர்ப்பில் என்னை எப்போதும் ஊக்குவிக்கும் எனது அன்புச் சகோதரி ஃபஹீமா ஜஹானுக்கும், இந்தச் சிறுகதைகளை மொழிபெயர்க்க அனுமதித்த எழுத்தாளர் தக்ஷிலா ஸ்வர்ணமாலிக்கும், இம் மொழிபெயர்ப்புக் கதைகளை முழுமையான தொகுப்பாக்கி வெளியிட்டிருக்கும் அன்பு நண்பர் சயந்தனுக்கும், அவருடைய ஆதிரை பதிப்பகத்திற்கும், அதன் ஊழியர்களுக்கும் எனது மனமார்ந்த நன்றியும், அன்பும் எப்போதும் உரித்தாகும்.

என்றும் அன்புடன்,

21.01.2021

எம். ரிஷான் ஷெரீப்

தெரு வழியே...

நான் உங்களைத் தேடிக் கொண்டிருந்தேன். என்னை நானே உங்களுக்குள், தேடிக் கண்டடைவதற்காகத்தான் உங்களைத் தேடிக் கொண்டிருந்தேன். நகரம் முழுவதும் உங்களைத் தேடியவாறு வாகனத்தைச் செலுத்திக் கொண்டிருக்கிறேன். நீங்கள் உங்கள் உடலுக்கு விலை குறித்தவாறு ஏதாவதொரு தெருவில், நானோ, வேறெவரோ வரும் வரைக்கும் காத்துக் கொண்டிருக்கக் கூடும். தீயாய் எரிக்கும் வெயில் காய்ந்து கொண்டிருக்கிறது. இரு விழிகளையும் குறுக்கச் செய்யும் புழுதி. தீப்பற்றிய மனிதர்கள்.

நான் இந்த நகரத்தால் களைத்துப் போய்விட்ட ஒரு மானுடப் பிறவியாக எனக்குத் தோன்றுகிறது. முன்பொரு நாள் அளவிட முடியாத உற்சாகத்தோடு தெருவில் திரிந்த நான், இந்தளவு மந்தமாகிப் போகத் தொடங்கியது எவ்வாறு, அது எப்போது என்றெல்லாம் யோசித்து மனம் சோர்ந்து போக வேண்டிய தேவை எனக்கு இல்லை. மனிதர்கள் எவரும் தமது ஜீவிதத்தில் எடுத்த எந்தத் தீர்மானத்திற்காகவும் மனம் வருந்தத் தேவையில்லை. மனிதனால் எடுக்கப்படும் எந்தத் தீர்மானமும் தவறானதல்ல.

அவனைத் திருமணம் செய்து கொள்ள எடுத்த தீர்மானமும், அவனிடமிருந்து பிரிய எடுத்த தீர்மானமும் கூட ஒருபோதும் தவறானதல்ல. எல்லாமே ஏதோ ஒரு நாளில், அப்போதைய சூழ்நிலைக்கேற்ப எமக்கு சரியெனத் தோன்றியபோது

தக்ஷிலா ஸ்வர்ணமாலி | 13

எடுக்கப்பட்ட தீர்மானங்கள்தான். நான் அன்று செய்தது, அன்று சரியென எனக்குத் தோன்றியதைத்தான். நான் இன்று செய்வதுவும், இன்று சரியென எனக்குத் தோன்றுவதைத்தான். இதற்கு பழி சொல்ல எவராலும் முடியாது. ஏனெனில், ஜீவிதம் எனது.

மானிட உறவுகள் தனிப்பட்ட நபர்களுக்கிடையிலான செயற்பாடுகள் அல்லாமல் சமூக வெளியீடுகளாக ஆனது ஏன்? அது எவ்வாறாயினும் எனக்குப் பரவாயில்லை. அந்த நாட்களில் நான் எனது பாதையே அவன்தானென எண்ணிக் கொண்டிருந்தேன். அவ்வாறெனில், அவனுடனேதான் அந்தப் பாதை முடிந்து போயிருக்க வேண்டும். ஆனால் பாதை முடியவில்லை. இவ்வளவு காலமும் எவ்வித சிக்கல்களும் இல்லாமல் அவனால் பூரணமாகிப் போயிருந்த எனது உலகம், என்னால் மட்டுமே நிறைந்து வழிவதை நான் அவனிடமிருந்து உடல் ரீதியாக இல்லாவிட்டாலும் மனதால் விலகிய பிறகுதான் உணர்ந்து கொண்டேன். நீங்கள் மறைந்திருந்த புழுதியிடையே நான் தேடிய ஜீவிதம் இருப்பதைக் கண்டுகொண்டபோதுதான், அவன் எனக்காக விலை கொடுத்து வாங்கிக்கொண்டு வந்த ஒவ்வொரு வர்ணங்களாலுமான வானவில்களிடையே ஜீவிதம் இல்லை என்பதை நான் உணர்ந்தேன். அந்தளவு விசாலமான, மிக விசாலமான பௌதீக உலகத்தைக் குடைந்து தேடிய ஜீவிதத்தை, கடைசியில் ஆகச் சிறியதோர் வஸ்துவுக்குள் வைத்துக் கண்டடைந்திருக்கிறேன்.

நீங்கள் ஏதாவதொரு தெருவில், நான் வரும்வரை விழிகள் பூக்க காத்துக் கொண்டிருப்பீர்களானால்... என்றாலும் நீங்கள் காத்துக் கொண்டிருப்பது நான் வரும்வரை மாத்திரம்தானா? இல்லை. எவராக இருப்பினும் உங்களுக்குப் பரவாயில்லை. எனினும், நான் உங்களைத் தேடிக் கொண்டிருக்கிறேன். உழைத்துப் பாடுபடாத அவனது ராஜகுமார லீலைகளில் எனக்குக் கிடைக்காத ஜீவிதம், உங்கள் சோர்ந்து போன தோள்களிலிருந்து எனக்குக் கிடைத்தது என்பதை நீங்கள் அறிவீர்களானால்... அப்போது அனைத்தையும் கை விட்டுவிட்டு என்னிடம்

வருவீர்களா? உங்கள் பதில் எதுவாக இருப்பினும் நான் ஒருதலையாக உங்களைக் காதலித்துக் கொண்டிருக்கிறேன்.

உங்களுக்கு நீங்களே சொன்ன விலை, என்னால் கொடுக்கப்பட்ட அந்த விலை, உங்களுடைய உடலுக்காக என்று நீங்கள் நினைக்கக்கூடும். ஆனால் உங்களிடமிருந்து நான் பெற்றுக்கொண்ட மன ஆறுதல்களுக்கு உண்மையில் நான் வழங்கியிருக்க வேண்டிய தொகையை உங்களால் ஒருபோதும் நிர்ணயித்திருக்க முடியாது. பல வருடங்களின் பின்னர், நான் வாழ்ந்து கொண்டிருக்கிறேன் என்பதை, உங்கள் விழிகளிரண்டும் என் மீது மோதிய நாளிலிருந்து, நீங்கள் என்னிடமிருந்து பெற்றுக் கொண்ட பணத்துக்காக உங்கள் மடியில் இடம் கொடுத்த நாளிலிருந்து உணர்ந்து கொண்டிருக்கிறேன்.

என்னால் உங்களுக்காக அனைத்தையும் கைவிட முடியும். என்னால் உங்களுக்காக அனைத்தையும் சிதைத்துப் பாழாக்கி விட முடியும். என்னால் உங்களுக்காக அனைத்தையும் மீளக் கட்டியெழுப்பவும் முடியும். அப்பா வயலில் வேலை செய்யும் நாட்களில் அம்மா என்னைத் தனியாக வயலுக்குக் கூட அனுப்ப மாட்டாள். அப்படிப்பட்ட நான், அந்தி சாயும் நேரங்களில், இருள் கையசைக்கும் கொழும்பு வீதிகளைக் குடைந்து குடைந்து தனியாக உங்களைத் தேடிக் கொண்டிருக்கிறேன். கண்டடைந்த பிறகும் காணாமல் போன ஜீவிதத்தையும், உங்களையும் தேடித் தேடி தெரு வழியே நான் போய்க் கொண்டிருக்கிறேன்.

உப்பிய நெற்கதிர்கள் தென்றலுக்கு சிலுசிலுவென்ற ஓசையெழுப்பி அசைவதைக் காண அந் நாட்களில் எனது விழிகள் எவ்வளவோ மோகித்து ஏங்கியிருக்கின்றன. அப்பாவின் வியர்வையையும், கண்ணீரையும் கொண்டு எழுந்து நின்ற நெற்கதிர்களைப் பற்றி எஞ்சியுள்ள மென்நினைவுகள், தீப்பற்றிய மனதை இப்போதும் தாலாட்டி ஆற்றுப்படுத்துகின்றன. நீங்களும் அவ்வாறுதான். உப்பிய நெற்கதிர் போன்றவர்தான்.

நீங்கள் இன்னும் என் கண்களில் படாதிருப்பது ஏனோ? ஏனைய நாட்களில் இந்த நேரத்தில் இங்கு ஏதாவதொரு இடத்தில்தான் இருப்பீர்கள். நான் தாமதித்து விட்டேனோ?

எனக்கு முன்பே எவரேனும் வந்து உங்களை என்னிடமிருந்து கடத்திச் சென்றிருக்கக் கூடுமோ? கடத்தியவரிடம் ஓர் உடலும், வெறும் பணமும் மாத்திரம்தான் இருக்கின்றன. என்னிடமோ உங்களுக்காகவே அரும்பிப் பூத்து அறுவடைக்குத் தயாரான ஒரு நெற்கதிர் இதயமும் இருப்பதை நீங்கள் அறிவீர்களானால்... நீங்கள் வேறெவருடனும் செல்ல மாட்டீர்கள். நான் இன்று அதை எவ்வாறேனும் உங்களிடம் சொல்வேன். நான் உங்களைக் காதலிக்கின்றேன் என்பதைக் கூற எவ்வாறாயினும் உங்களைத் தேடிக் கண்டுபிடிப்பேன். ஓரிரு மணி நேரத்திற்கு மட்டுமில்லாமல், நான் சாகும்வரையில் உங்களைக் கைப்பற்றி சிறைப்பிடித்து வைத்திருக்க வேண்டுமென்ற எனது தேவையை நான் உங்களிடம் சொல்வேன். உங்கள் தலைமீதிருக்கும் பொறுப்புகள் அனைத்தையும் நான் பொறுப்பேற்பதாக உங்களிடம் சொல்வேன்.

நீங்கள் இப்போதும் கூட உடல் நலமற்ற உங்கள் தாய்க்கு பணிவிடைகள் செய்துகொண்டிருக்கக் கூடும். எனக்கு எனது அம்மாவின் இரு கரங்களும் நினைவுக்கு வருகின்றன. எனது கைகளிரண்டையும் பார்க்கிறேன். இவ்விடத்திலேயே தரை இரண்டாகப் பிளந்து நான் உள்வாங்கப்பட்டால் எவ்வளவு நன்றாகவிருக்குமென எனக்குத் தோன்றுகிறது. அம்மாவின் மெலிந்த, சுருங்கிய, நிறம் மங்கிய, துயருற்ற விரல் முனைகளுக்கு அவள் சாகும்வரை ஓய்வு கிடைக்கவேயில்லை. அடித் தொண்டையால் ஓலமிட்டுக் கத்தி அம்மாவை அழைக்கத் தோன்றுகிறது எனக்கு.

உங்களை இன்னும் காணவில்லை. நான் கண்ணாடியைத் திறந்தேன். சேரியின் அழுக்குக் கால்வாய்களின் நாற்றத்துக்கு மூக்கைப் பொத்திக் கொள்ள எனக்கு எவ்வித உரிமையும் கிடையாது. இந்த அழுக்குக் கால்வாயினிடையேதான் நீங்கள் வசித்துக் கொண்டிருக்கிறீர்கள். வயலின் சேற்று வாடை எவ்வளவு காலம் எமக்கு வாழ்வளித்தது! ஓரிரவு கூட வீட்டை விட்டு வெளியே தங்கியிராத இந்தச் சின்னவளின் கையைப் பிடித்துக் கொண்டு, விடிகாலைப் புகையிரதத்தில் அப்பா இந்தச் சின்னவளைக் கொழும்புக்குக் கூட்டிக் கொண்டு வந்த விதம்...

பல்கலைக்கழகத்திலிருந்த கொடியவர்கள் அப்பாவையும், என்னையும் விந்தையான விலங்குகள் இரண்டைப் பார்ப்பது போல பார்த்த விதம்...

'ஏன்டா நீங்க எல்லாரும் கிராமங்கள்ல இருந்து வந்தவங்க இல்லையா? நீங்க எல்லாரும் கொழும்பு ஏழுல பொறந்து வளர்ந்தவங்களா? முடிஞ்சா இப்ப பாருங்கடா என்னை அந்த மாதிரி... நீங்க எல்லாரும் இப்ப என்னோட டயருக்குள் மிதிபடுற மணல் துகள்களடா. இந்தச் சின்னவளைப் பல்கலைக்கழகத்துக்கு அனுப்ப அடகு வச்ச வயல் அறுதியாக நான் விடல. நான் ஊருக்குத் திரும்பிப் போவதற்கு முன்னாடியே அம்மா செத்துப் போய் விட்டிருந்தாள்தான், என்றாலும் நீங்க எல்லாரும் அன்னிக்குப் பார்த்துச் சிரிச்ச என்னோட ஏழை அப்பாக்கிட்ட நான் அனுப்புற காசு இப்போ வேண்டிய மட்டும் இருக்கு. ஏசி அறைக்குள்ளயிருந்துகொண்டு நான் உழைக்குற காசு. புருஷனுக்குத் தெரியாம என்னோட அப்பாவுக்கு நான் அனுப்புற காசு.'

அப்பாவுக்குத் தேவை பணமில்லை. நான்தான். எல்லா அப்பாக்களுக்கும் கடைசி காலத்தில் அருகிலிருக்க பிள்ளைகள்தான் தேவை. ஆனால் அப்பாக்களுக்கு கிடைக்காததுவும் அதுதான். இந்தத் தெருவின் எந்த இடத்திலிருந்தேனும் அந்தப் பையனைச் சந்திப்பேனாயின், அவரையும் கூட்டிக் கொண்டே உங்களிடம் நான் வருவேன், அப்பா. ஆனால், அப்போது 'புருஷன் எங்கே?' என்று ஊரார் கேட்பார்கள். 'யாரைக் கூட்டி வந்திருக்கிறாய்?' என்றும் கேட்பார்கள். கண்ணியமாக ஊரில் வாழ்ந்துவரும் அப்பாவி அப்பாவுக்குக் கடைசி காலத்தில் என்னால் அவப் பெயர் ஏற்படக் கூடும். இந்த நிலைமையில், எவ்வாறு ஊருக்குப் போவது? இந்த நிலைமையில், எவ்வாறு திரும்பவும் கணவனிடம் போவது? நான் யாரைக் கூட்டிச் சென்றாலும் அப்பா ஒருபோதும் என்னைப் புறக்கணிக்க மாட்டார்.

உங்களை இன்னும் காணவில்லை. நான் நிறுத்தாமல் வாகனத்தைச் செலுத்திக் கொண்டிருக்கிறேன். ஒரே இடத்தை எத்தனை தடவைதான் சுற்றிச் சுற்றி வந்திருப்பேன் நான்? ஒரே தெருவின் தொடக்கத்திலிருந்து முடிவு வரைக்கும், முடிவிலிருந்து

தொடக்கம் வரைக்கும் எத்தனை தடவைதான் அங்குமிங்குமாகப் போயிருப்பேன்? நீங்கள் செல்லாத தெருக்களிலும் கூட முழு நகரத்தையும் குடைந்து குடைந்து எத்தனை தடவைதான் உங்களைத் தேடியிருப்பேன்? விடியும்வரை கூட நான் தேடிக் கொண்டேயிருப்பேன். நீங்கள் இல்லாத நள்ளிரவும் கூட நடுப்பகலாகவே தோன்றுகிறது. கனத்த இருளினூடு நீங்கள் தெருமுனைக்கு இப்போதேனும் வருவீர்களானால்... இதற்கு முன்பு நான் மரித்த அநேகமான மரணத் தருவாய் அந்திகளில் இருளில் மறைந்துகொண்டு நான் உங்கள் உடலில் எனது ஜீவிதத்தைத் தேடிய விதத்தை அறிவீர்களா...

இன்று நான் இருளடைய முன்பிருந்தே உங்களைத் தேடிக் கொண்டிருக்கிறேன். அது... அது... அது நீங்கள்தான். நான் உங்களைக் கண்டுவிட்டேன். அது நீங்கள்தான். நீங்கள் நின்று கொண்டிருக்கிறீர்கள். உண்மையிலேயே அது நீங்கள்தான். சந்தியில் அரச மரத்தருகே நீங்கள் நின்று கொண்டிருக்கிறீர்கள். ஆனால் கூட ஒருத்தி இருக்கிறாளே? அவள் யார்? முதிய பெண்ணொருத்தியல்ல அவள். இளம்பெண்ணொருத்தி. சிறு வயது இளம்பெண். அவள் யாராக இருந்தாலும் பரவாயில்லை. நான் உங்கள் காலருகே எனது வாகனத்தை நிறுத்துகிறேன். ஏனைய நாட்களிலென்றால் நீங்கள் இருந்த இடத்திலிருந்து ஓடி வந்து முன் ஆசனத்தில் ஏறி அமர்ந்து கொள்வீர்கள். நான் கதவைத் திறந்து விடுகிறேன். நீங்கள் ஏறுவதற்காகத்தான் நான் கதவைத் திறந்து விடுகிறேன்.

இன்று நீங்கள் என்னைக் கண்டும், காணாதவர் போல இருப்பது ஏன்? நான் உங்களுடையவள் இல்லையா? என்றாலும் எனக்கு எல்லாமே நீங்கள்தான். இவ்வளவு நேரமாக நான் உங்களைத்தான் தேடிக் கொண்டிருந்தேன். நீங்கள் ஏன் என்னைக் கண்டுகொள்ளவேயில்லை? நான் வாகனத்தை விட்டு இறங்கி வெளியே வருகிறேன். இப்போது அவர் சடுதியாக என்னைப் பார்த்துக் கண்ணடித்துவிட்டு பார்வையைத் திருப்பிக் கொள்கிறார். அவர் என்ன சொல்ல வருகிறார்? அவர் என்னைத் தவிர்க்க முற்படுவது ஏன்? அவர் அவளது இடுப்பைச் சுற்றி

அணைத்துக் கொள்கிறார். நகரத்தைத் தாகத்தால் மூழ்கடித்திருந்த சூரியன் எனது தலைமீது விழுவதாக நான் உணர்கிறேன்.

நான் வாகனத்தில் ஏறி திரும்பிச் செல்வேன் என்றா நீங்கள் நினைக்கிறீர்கள்? நீங்கள் வாடிக்கையாளர் ஒருவருடன் இருந்திருப்பீர்களானால் நான் அப்படித்தான் செய்திருப்பேன். ஆனால் இவள்? நான் பின்வாங்க மாட்டேன். என்னால் அதைச் செய்ய முடியாது. நான் அவரருகே செல்கிறேன்.

"தம்பி ஏறுங்க."

"ஆஹ்... மேடம். நான் உங்களைக் கவனிக்கல. தரூ... இது எனக்குத் தெரிஞ்ச மேடம் ஒருத்தங்க. சரி... மேடம் நாங்க ரெண்டு பேருமே ஏறிக்கட்டுமா? இவளை முன்னாடியிருக்கிற சந்தியில இறக்கி விட்டுட்டுப் போலாம்."

அவர் அவளுடன் பின்னிருக்கையில் அமர்ந்து கொள்கிறார். நான் ஓசையெழ கதவை அறைந்து சாத்துகிறேன்.

"முன்னாடி நிறுத்துங்க மேடம்."

"தேங்க் யூ ஆன்ட்டி. போயிட்டு வரேன்."

ஆன்ட்டி? நான் முன்னாலிருந்த கண்ணாடியில் முகத்தைப் பார்த்தேன். அந்தளவு சுருக்கம் விழுந்திருக்கிறதா? நரைமுடி தென்படுகிறதா? ஆக, நான் துறவுக்குச் செல்லவேண்டுமென்றா இவர்கள் நினைக்கிறார்கள்? அப்பாவுக்கென்றால் நான் எப்போதும் சின்னவள்தான். அப்பாவுக்கு ஒருபோதும் சின்னவள் பெரியவளாவதேயில்லை. அப்பாவுக்கு நான் எப்போதும் அவரது மடியில் இருந்துகொண்டு கொஞ்சி விளையாடிய சின்னவள்தான்.

"முன்னாடி வந்து உட்காரு."

அவன் கீழ்ப்படிந்த நாய்க்குட்டி போல முன்னால் வந்து அமர்ந்தான். நான் மிக வேகமாக வாகனத்தைச் செலுத்தினேன்.

"எப்போதிருந்து நான் அவளோட ஆன்ட்டி ஆனேன்?"

"ஐயோ... சாரி மேடம். அவள் சார்பா நான் மன்னிப்புக் கேட்குறேன்."

"அவள் என்ன செய்றா?"

"இன்னும் ஸ்கூலுக்குப் போயிட்டிருக்கா மேடம். பன்னிரண்டாம் வகுப்பு."

"உனக்கு எங்க இறங்கணும்?"

"ஏன் மேடம்? எனக்கு இறங்கத்தேவையில்ல. நாங்க போலாம்."

"எங்க?"

"எப்போதும் போற இடத்துக்குத்தான்."

"இல்ல. தேவையில்ல. எனக்கு இன்னிக்கு ஊருக்குப் போகணும். இந்த ரெண்டாயிரம் ரூபாவ வச்சுக்கோ. அம்மாவுக்கு மருந்தெடுத்துக் கொடு. சில வேளை, இனிமே நாம சந்திக்கவே மாட்டோம். நான் நிரந்தரமா ஊருக்குப் போறேன். நீ இங்க இறங்கிக்கோ."

◉

மாங்காய் பருவத்தில், அருண் தனித்திருந்த மேலுமொரு நாள் தொடங்கியது

"மஞ்சு சொல்றான் அவனுக்கு என்னோட சுருண்ட கூந்தல் பிடிக்கலையாம். ஸ்ட்ரைட் பண்ணிக்கட்டுமாம்."

"நீ எதுக்கு உனக்கு இயற்கையா அமைஞ்ச கூந்தலை இன்னொருத்தருக்காக மாத்திக்கணும்? மஞ்சுவைக் கைவிட்டுட்டு சுருண்ட கூந்தலை விரும்புற ஒருத்தரைத் தேடிக்கோ. ஸ்ட்ரைட் கூந்தலிருக்குற ஒரு பொம்பளையைத் தேடிக்கோன்னு மஞ்சுக்கிட்டயும் சொல்லு."

"பைத்தியமா அருண்? உனக்கு கல் மனசு."

"அப்போ உன்கிட்ட அப்படிச் சொன்ன அந்த மஞ்சுவுக்கு இருக்குறது இளகிய மனசோ? ஐயோ, பேசாமப் போயிடு நிலூகா. நீங்க ரெண்டு பேரும் ரொம்பக் கஷ்டப்பட்டு ஒண்ணா இருக்கீங்க."

"உனக்கு எப்படிப்பட்ட ஆளைப் பிடிக்கும்?"

"எனக்கு எப்படிப்பட்ட ஆளையும் பிடிக்கும். உன்னோட அப்பாவுக்கு வழக்கைதானே?"

"ம்ம்."

"உனக்கு அந்த வழுக்கை மேலயும் பாசம் இருக்குதானே?"

"ஓஹ்."

"மஞ்சுவுக்கு உன் மேல பாசம் இருக்குன்னா உனக்கு வழுக்கை விழுந்தாக் கூட அதை நேசிக்குற அளவுக்கு பாசம் இருக்கணும். நாங்க நேசிக்குற ஆட்களுக்கு இயல்பா என்ன அமைஞ்சிருக்கோ அதைத்தான் நேசிக்கணும்."

"என்னதான் நீ இப்படிச் சொன்னாலும், நீயும் கூட இப்படியில்ல அருண்."

"உன்னோட சுருண்ட கூந்தல் எனக்குப் பிடிச்சிருக்கான்னு தெரிஞ்சுக்க விரும்புறியா நீ?"

"தெரியல."

"எனக்குப் பிடிச்சிருக்குன்னுதான் நினைக்கிறேன்."

"நீ எல்லார்கிட்டயும் அப்படித்தான் சொல்றே."

"ஓஹ். அது பொய்யில்ல. நிஜம்தான்."

"நீ அஞ்சலியைக் காதலிச்ச காலத்துல பூர்ணிகாவையும் உனக்குப் பிடிச்சிருந்தது."

"ஆமா. யார் இல்லன்னு சொன்னது. அது தப்புன்னு அடுத்தவங்கதான் சொன்னாங்களே தவிர நான் சொல்லலையே."

"என்னால அப்படி முடியாது."

"பொய். அப்படீன்னா எதுக்கு மஞ்சுவுக்குத் தெரியாம திருட்டுத்தனமா என்னைப் பார்த்துட்டுப் போக இப்படி வீட்டுக்கு வர்றே?"

"தெரியல. கடைசியா எப்ப நீ முற்றத்தைப் பெருக்கினே?"

"எனக்கு ஞாபகமில்ல."

“ஒரு மாசமாப் பெருக்கல போலக் கிடக்கு. கடைசியா நான் வந்தப்ப நான் பெருக்கினதோ தெரியாது. கை விடப்பட்ட வீடு போல இருக்கு உன் வீடு.”

“போன கிழமைதான் வீட்டைப் பெருக்கினேன்.”

“ச்சீ... சிரிச்சுட்டே சொல்றதைப் பாரு. இன்னிக்குக் காலையிலருந்து என்ன பண்ணின?”

“புத்தகம் வாசிச்சேன்.”

“காலைல சாப்பிட்டியா?”

“நேத்து அந்தி நேரம் சாப்பிட்டேன்.”

“நாங்க பகலுக்குச் சாப்பிட ஏதாவது சமைப்போமா?”

“மணித்தியாலக் கணக்கா பாடுபட்டு சமைச்சு சில நிமிடங்கள்ல சாப்பிட்டு முடிக்குற வேலை எனக்குப் பிடிக்காது.”

“அப்படீன்னா சில நிமிடங்கள்ல சமைச்சு மணித்தியாலக் கணக்கா சாப்பிட்டிட்டிருப்போம்.”

“வேடிக்கையாச் சொல்லல. கடையால ஏதாவது கொண்டு வந்து உனக்குப் பசிக்கிறப்ப சாப்பிடலாம். மூணு வேளையும் நேரத்துக்கு சாப்பிட எனக்குத் தேவையில்ல. பசி வந்தா மட்டும் சாப்பிட்டாப் போதும்தானே. அதுக்கொரு நேரம் காலம் இல்லையே. பசி வந்தாலும் கூட சாப்பிடாம இருக்கவும் நேரும். பசியேயில்லாம சாப்பிடவும் நேரும். உனக்கு சாப்பிடணும்னா சொல்லு. முழு நாளும் இங்க இருந்துட்டுப் போகத்தான் வந்திருக்கியா?”

“அப்படியொண்ணும் திட்டம் போட்டுட்டு வரல அருண். நீ புத்தகம் வாசிச்சிட்டிரு. நான் இந்த முற்றத்தைப் பெருக்கிட்டு வரேன்.”

முற்றம் முழுவதிலும் பல நாட்களாக விழுந்து கிடந்த மா மர இலைகள், வெரலிக்காய் மர இலைகள், அழுகிய மாம்பிஞ்சுகள்

பரந்து கிடந்தன. அவற்றோடு காய்ந்து விழுந்த தென்னோலைகள் இரண்டு. ஆங்காங்கே வளர்ந்திருந்த புற்பூண்டுகள்.

அருண் உள்ளே சென்று புத்தகமொன்றை எடுத்துக் கொண்டுவந்து விறாந்தையிலிருந்த படிக்கட்டில் அமர்ந்து கொண்டான். நிலூகா விளக்குமாறைத் தேடியெடுத்துக் கொண்டு வந்தாள்.

"அருண், சரோஜா உன்னையே நினைச்சிட்டிருக்கா."

"அதை நான் உணரவேயில்ல."

"ஆனா சரோவுக்குப் பயமாயிருக்காம் அவள் தமிழச்சின்றதால."

"அது ஒரு பிரச்சினையா?"

"அருணுக்குப் பிரச்சினையாகும்னு நினைக்கிறா போல."

"தமிழ் அடையாளங்கள்தான் பிரச்சினையாகும்னு நினைச்சா அதை அழிச்சிட்டு வரச் சொல்லு."

"அதை அழிச்சுக்க முடியாதே."

"ஏன் முடியாது? பொட்டையும், தலையில இருக்குற பூவையும், காது ஜிமிக்கியையும், மாலையையும், வளையலையும் கழற்றி வச்சுட்டு பெயரையும் மாத்திக்கிட்டு வரச் சொல்லு."

"அவைதான் தமிழ் அடையாளங்களா?"

"இல்லன்னா வேற என்ன? ரெண்டு பேரும் ஹோமோ சேப்பியன், ஹோமோ சேப்பியன்தானே."

"அவளுக்குச் சிங்களம் தெரியாது."

"எனக்கும் கூடத்தான் தமிழ் தெரியாது. காதலிக்க மொழி அவசியமா?"

"ஏன் அவசியமில்ல?"

“மொழி ரொம்பத் தெரிஞ்சதாலதானா நீயும், மஞ்சுவும் அவ்வளவு சத்தம் போட்டு சண்டை பிடிச்சுக்குறீங்க? நானும், அவளும் சேர்ந்து ஒரு பொது மொழியை உருவாக்கிக்குவோம்.”

“இந்த வீட்டையும், முற்றத்தையும் பார்த்தா சரோஜாவுக்கு உன்னை வேணாம்னு போயிடும்.”

“ஏன்... நான் மாத்திரம்தான் வேணும்னு அவள் சொல்லலையா?”

“இங்க வசிக்க அவளுக்கு அருவருப்பா இருக்கும்.”

“அப்புறம் நீ எதுக்கு வர்றே?”

“அருணோட மனசு நொந்திடுச்சா? ஐயோ... நான் அவ்வளவு தூரம் யோசிச்சு கதைக்கல.”

“நிஜமா நீ எதுக்கு வர்றே நிலூகா?”

“தெரியல. ஆபிஸுல கதைக்கக் கூட நேரமில்லையே.”

“ஆபிஸுல இருக்குற எல்லா ஆம்பளைகள் வீட்டுக்கும் நீ போறதில்லையே நிலூகா.”

“நாங்க நண்பர்கள் என்றதால இருக்கும்.”

“மத்தவங்களும் நண்பர்கள்தானே. நாங்க நண்பர்கள் மட்டும் தானா?”

“இல்லன்னு நினைக்கிறேன்.”

“சகோதர உணர்வு?”

“அதுவும் இருக்கு.”

“இல்லேன்னா நான் உன்னோட பாய் ஃப்ரண்டா?”

“பைத்தியமா?”

“இல்லேன்னா நான் உன்னோட புருஷனா?”

“புருஷன்தான் அங்க வீட்டுல இருக்கானே.”

“அப்போ நான் கள்ளப் புருஷனா?”

“அசிங்கமாப் பேசாதே அருண்.”

“அதாவது எங்களுக்கிடையிலான உறவுக்கு ஒரு பெயர் இல்ல. இப்படி, மொழியால பெயர் சூட்ட முடியாத உறவுகள் நிறைய இருக்கு நிலூகா. மனுஷங்க, மனுஷங்களுக்கிடையிலான உறவுகளை ரொம்ப லேசா கோடு பிரிச்சு சட்டம் போட்டு வேறாக்கிப் பெயர் சூட்டினாலும் கூட, அதை அப்படிச் செய்றது சரிப்பட்டு வராது.”

“மாங்காயெல்லாம் வீணாகிப் போயிருக்கு அருண். பறிச்சு வித்திருக்கலாம். எங்களுக்காவது தந்திருந்தா மாங்காய்க் கறி செய்து சாப்பிட்டிருப்போம். இல்லன்னா ஊறுகாய் போட்டிருப்பேன்.”

“இதையெல்லாம் குரங்குகள், அணில்கள் வந்து சாப்பிட்டுப் போகும். எனக்கு அது போதும். உனக்கும் தேவைன்னா பறிச்சுக் கொண்டு போ. பக்கத்து வீட்டு ஆன்ட்டியும் வந்து பறிச்சுட்டுப் போனாங்க. இப்பல்லாம் நான் வேலை விட்டு வீட்டுக்கு வர்றப்போ சாப்பாடு வாங்கிட்டு வர்றதில்ல.”

“சோத்துக்குப் பதிலா, பழுத்து விழுந்த மாம்பழம் சாப்பிட்டால் ஏதாவது வியாதி வந்தா அதைக் கண்டுபிடிக்கக் கூட முடியாமப் போயிடும். இந்த சுவர்ல இருக்குற பாசியையெல்லாம் வழிச்சுத் துப்புரவாக்கிட்டு நாம இதுக்கு பெயின்ட் பூசுவோமா அருண்?”

“எதுக்கு? பெயின்ட் பூசினாலும் இல்லேன்னாலும் இந்த வீட்டுக்குள்ளேதானே இருக்கப் போறேன்.”

“உனக்கு வேணாம்னா எனக்கென்ன? நானா இந்த வீட்டுல இருக்கேன்?!”

“மஞ்சு இன்னிக்கு வீட்டுலயா?”

“நான் வர்றப்போ ஞாயிறு பேப்பரப் பிரிச்சு வச்சுக்கிட்டு வீட்டுல இருந்தான். லீவு நாள்லயும் நான்தான் சமையலறையில நாள் முழுதும் பாடுபட வேண்டியிருக்கு. அவன் விறாந்தையிலிருப்பான். இப்ப கம்ப்யூட்டருக்கு முன்னாடி உட்காந்துட்டிருப்பான். ஒண்ணு ஃபேஸ்புக். இல்லன்னா ஸ்கைப்.”

“அஷேன்?”

“மகன் ட்யூஷன் கிளாஸுக்குப் போயிருப்பான்.”

“அப்போ உனக்கு இன்னிக்கு வீட்டுல வேலையொண்ணும் இல்லையா?”

“ஏன்... நான் இங்க வர வேணாமா? நான் வீட்டு வேலைதான் செஞ்சுட்டிருக்கணும்னு நீயும் நினைக்கிறியா? மஞ்சுவும் அப்படித்தான். பாத்திரம் கழுவி சமைக்குறது, சமைச்சு வாய்க்கு அருகிலயே கொண்டு போய் ஊட்டி விடுறது, வீடு, வாசல் பெருக்குறது, மூணு பேரோடயும் அழுக்குத் துணி மூட்டையைத் துவைக்குறது, மகனோட வேலைகளைப் பார்க்குறது... இதையெல்லாம் நான்தான் செய்யணும்னு மஞ்சுவும் நினைக்குறான். இதையெல்லாம் செய்றதோட நான் வேலைக்கும் போகணும். ஆனா மஞ்சு செய்றதெல்லாம் வேலைக்குப் போயிட்டு வாறது மட்டும்தான். நீயாவது நான் செய்ற வேலைகளைத் தீர்மானிக்க மாட்டேனுதான் நான் நினைச்சேன். இன்னிக்கு சமைச்சு வச்சுட்டு, துணி தோய்ச்சுக் காயப் போட்டுட்டு வந்தேன். மற்ற வேலைகள் எப்படியோ போகட்டும்.”

“அப்போ காலையில எத்தனை மணியிலருந்து முழிச்சிருக்கே?”

“உனக்கு அதுல வேலையில்ல.”

“வேலையில்லாம என்ன? எனக்காகத்தானே வாறாய்.”

“ஐயோ இல்ல. நான் வாறது எனக்காக.”

"எத்தனை மணிக்குப் போகணும்?"

"இருட்டினதுக்கப்புறம்தான் மகன் வீட்டுக்கு வருவான் அருண்."

"அப்போ நீ இந்த முற்றத்தைப் பெருக்குறத நிறுத்திட்டு, நான் இந்தப் புத்தகத்தை வாசிச்சு முடிக்குற வரைக்கும் உள்ளே போய் நல்லாத் தூங்கியெழும்பு நிலூகா. கிழமை நாட்கள்லயும் உனக்கு ஒழுங்காத் தூங்கக் கிடைக்காது, இல்லையா? லீவு நாள்லயும் எனக்காகக் கஷ்டப்படுறே."

"நான் ஒரு தடவை சொன்னேன்தானே உனக்காக இல்லன்னு."

"ரூமில தண்ணி நிறைஞ்சிருக்கும். நேத்து ராத்திரி மழை பெய்ஞ்சதுதானே. கட்டிலும் கொஞ்சம் ஈரமாகியிருக்கும்."

"நீ கூரையில வெடிச்சிருக்குற ஓடுகளை மாத்தி புதுசா ஒண்ணும் போடலையா?"

"வெளியே மழை பெய்யுறதை வீட்டுக்குள்ளயும் உணர்றது எவ்வளவு இதமாயிருக்கும் தெரியுமா? ஆட்கள் வீட்டுக்கு மத்தியிலயும் நிலாமுற்றம் வச்சிருக்காங்க, கண்டிருக்கியா? படுத்துட்டிருக்கும்போது உடம்புல தூறல் விழுறது எனக்குப் பிடிச்சிருக்கு."

"நான் தூங்க வரல. உன்னோட சேர்ந்து விழிச்சிட்டிருக்குறதுதான் எனக்கு வேணும். மஞ்சுவோ, அஷேனோ என்னோட கதைச்சிட்டிருக்க வர்றதில்லையே."

"அதுக்குப் பதிலா இங்க வந்து என்னை வதைக்கிறியா நீ?"

"அப்போ அதுக்குப் பதிலா என்ன செய்றது?"

"அஞ்சு மணித்தியாலம் மட்டும் சந்தோஷமா வேலை பார்த்துட்டு, நல்ல சம்பளம் வாங்கிட்டு, நீங்க ரெண்டு பேரும் சேர்ந்து வீட்டு வேலைகளைப் பகிர்ந்து செஞ்சுக்கிட்டு, எஞ்சிய நேரம் முழுதும் நீயும், மஞ்சுவும், அஷேனும் சேர்ந்து அம்மாவோடயும், அப்பாவோடயும் ஓய்வா இருக்குறது. நீங்க பென்னம்பெருசா மாளிகை மாதிரி வீடு கட்டிட்டுக் குடி

போனாப் பிறகு உன்னோட அம்மாவும், அப்பாவும் வயசு போன காலத்துல தன்னந் தனியா அந்தப் பழைய வீட்டுல இருக்காங்க."

"அவங்களுக்கு பழைய வீட்ட விட்டுட்டு வர விருப்பமில்ல. எனக்கும் விருப்பமில்லதான். எங்களோட ஞாபகங்களெல்லாம் அந்த வீட்டுலதான் இருக்கு. மஞ்சுவுக்கு அந்த வீட்டோட தோற்றம் பிடிக்கல. புதிய வீட்டுக்கு அம்மா, அப்பாவைக் கூட்டிட்டு வர அவன் விரும்பல. உன்கூட இருந்துட்டுப் போக எப்படி நான் வந்துட்டுப் போறேனோ, அது மாதிரியே நான் அந்த வீட்டுக்கும் போய் அவங்க கூடவும் இருந்துட்டு வரப் போறேன்தான். ஆனா எனக்கு அங்க இருக்க கொஞ்ச நேரம் போதாமலிருக்கும். அருண், உனக்குக் கூட நான் தொந்தரவுன்னா, என் கூட ஒரு கண நேரம் கூட உன்னால நிம்மதியா இருக்க முடியலன்னா நான் போயிடுறேன்."

"நீ வந்த நேரம் தொட்டு விளக்குமாறைத் தூக்கிப் பிடிச்சிட்டிருந்தா நிம்மதி எங்கிருக்கும்? பக்கத்துல உட்கார்ந்து அமைதியா கதைச்சிட்டிருக்கத்தான் வந்தீன்னா இப்படி வந்து உட்காரு."

"தனியா இருக்காம யாரையாவது கல்யாணம் பண்ணிக்க உனக்குத் தோணலையா அருண்?"

"தனிமைக்குத் துணையா ஒருத்தரைத் தேடிக்குறதுதான் கல்யாணம் கட்டுறதா? கல்யாணம் கட்டாமலேயே ஒருத்தரோடு சேர்ந்திருக்க முடியாதா? நீ கல்யாணம் கட்டிட்டாய்தானே? உன்னோட தனிமைக்குத் துணையா உன் புருஷன் இருக்கானா? மனுஷங்களும், சட்டங்களும் நம்ம மேல சுமத்தியிருக்குற உறவுகள்ல நாம தேடுற ஜீவிதம் இருக்குமா நிலூகா? பந்தங்கள் என்பது மனசிலதான் இருக்கணுமே தவிர, கடதாசித் தாள்ல இல்ல."

"எனக்கு இதையெல்லாம் கை விட்டுடணும்போல இருக்கு. எனக்கு சலிப்பும், களைப்பும் தோணுது. எனக்கு உன்னோட சேர்ந்து இளைப்பாறணும். படிச்சேன். வேலை பார்த்தேன். காதலிச்சேன். கல்யாணம் கட்டினேன். குழந்தை பெத்தேன்.

மஞ்சுவோட சேர்ந்து கடன்பட்டு வீடு கட்டினேன். வீடு நிறைய சாமான்களால நிறைச்சேன். வாகனமொன்று வாங்கினேன். வீட்டைச் சுற்றி பூந்தோட்டமொண்ணு அமைச்சிக்கிட்டேன். ஆனாலும் என்னால சந்தோஷத்தை உணர முடியல அருண். இவை ஒண்ணுமேயில்லாத நீ, சந்தோஷமா இருக்கே. மாச சம்பளத்துல ஒண்ணு, ரெண்டு புத்தகங்களை வாங்கி வச்சுக்கிட்டு மாசம் முழுக்க சந்தோஷமா வாசிச்சுட்டிருக்கே. இப்படி திண்ணைப் படிக்கட்டுல உட்கார்ந்துட்டு எதையாவது மென்று கொண்டு குரங்குகளைப் பார்த்துட்டிருக்க உனக்கு நேரமிருக்கு."

"ஆனா இது போதுமா? நான் ஆசைப்படுற உறவு எங்க? அதுக்கு நேரத்தை செலவழிச்சா இதுக்கு செலவழிக்க நேரமெங்க? உன் அளவுக்கு சலிச்சுப் போகலைன்னாலும் வேலைக்குப் போறதும் வீட்டுக்கு வர்றதுமாத்தான் இருக்கு என்னோட ஜீவிதமும்."

"நான் கடைக்குப் போய் புத்தகமொண்ணு வாங்கிய காலம் கூட எனக்கு ஞாபகமில்ல. ஆனா துணிமணி வாங்க கடைக்குப் போக எனக்கு நேரமுமிருக்கு, காசும் இருக்கு. இதையெல்லாம் என்னால புரிஞ்சுக்க முடியல அருண்."

"இதெல்லாம் உன்னோட தப்பு இல்ல நிலூகா. நீ எங்க போறேன்னு மஞ்சு கேட்குறதில்லையா?"

"முன்னாடி கேட்டுப் பார்த்தான். அப்பல்லாம் அப்படிக் கேட்டுக் கேட்டு மூக்கை நுழைக்குறது எனக்குத் தொந்தரவா இருந்துச்சு. ஆனா இப்ப அவன் எதையும் தேடிப் பார்க்குறதில்லன்றது கூட கவலையாத்தான் இருக்கு அருண்."

"இப்ப உன் மேல நம்பிக்கை வந்திருக்கும்."

"இல்ல. இப்ப என்னைக் கண்டுக்குறதே இல்ல. நான் அவனுக்கு ஒரு பொருட்டேயில்ல."

"இதல்லாம வேற ஏதாவது காரணமிருக்கும்."

"அருண் நீ தனியா இருக்காம அம்மாவையாவது கூட்டிட்டு வந்து கூட வச்சுக்கோயேன்."

"எதுக்கு? நான் வேலைக்குப் போனா என்னோட நோயாளி அம்மா தன்னந்தனியா இந்த வீட்டுல இருக்க வேண்டியிருக்கும் அப்போ. அம்மா, தங்கச்சியோட வீட்டுல இப்போ நல்லா இருக்கா."

"நல்லாவா? உனக்கெப்படித் தெரியும்? நீ சமீபத்துல அங்க போனியா? இல்லையே. பிள்ளை பெத்து வளர்த்து, பிள்ளையோட பிள்ளையையும் வளர்த்து, எல்லாருக்கும் சமைச்சுப் போட்டுப் போட்டே உருக்குலைஞ்சு போறாங்க அம்மாமார்."

"உன்னோட நிலைமையும் எப்பவாவது அப்படித்தான் ஆகும். என்னோட அம்மாவைவிட ஒரேயொரு வித்தியாசம், உனக்கு இதெல்லாத்தையும், தொழிலையும் பார்த்துக்கிட்டே செய்ய வேண்டியிருக்கும்."

"ஒரு லீவு நாள்ல அவங்களையெல்லாம் பார்த்துட்டு வரப் போவோமா?"

"நீ யார்னு கேட்பாங்க."

"இந்த உறவுக்கொரு பெயரில்லன்னு சொல்ல வேண்டியதுதானே."

"அப்படிச் சொன்னா அவங்களே இதுக்கொரு பெயர் வச்சிடுவாங்க."

"இதை ஒழுக்கம் கெட்ட தொடர்புன்னு சொல்ல யாரையும் நான் அனுமதிக்க மாட்டேன். இது ஒழுக்கம் கெட்ட தொடர்புன்னா, ஒழுக்கமான தொடர்புன்றது என்னது? கல்யாணப் பதிவு காகிதமா? அதுதான் என்னோட ஒழுக்கம் கெட்ட தொடர்பு அருண். இதுதான் என்னோட ஒழுக்கமான தொடர்பு."

"இதை என்கிட்ட இல்லாம வேற யார்கிட்டயும் சொல்ல உனக்கு தைரியம் கிடையாது நிலூகா. நான் சரோஜாவுக்கு சம்மதம் தெரிவிச்சா உனக்குக் கவலை தோணுமா?"

“ஆமா.”

“ஏனது?”

“பிறகு எனக்கு இப்படி இங்க வந்து உன்னோட நிம்மதியா இருந்துட்டுப் போக முடியாமப் போகுமே.”

“எனக்கு நீங்க ரெண்டு பேருமே வேணும். நான் தேடுறது போன்ற ஆட்கள் யாருமேயில்ல. எனக்குப் பிடிச்ச மாதிரியான ஆள் கிடைக்கலன்னா, கிடைச்சவளை ஏத்துக்க என்னால முடியாது.”

“எங்கள்ல எவருக்குமே பிடிச்ச மாதிரியான ஆட்கள் யாருமேயில்லதான். ஆனா உனக்கு யாராவது வேணும்.”

“ஏன் இப்ப இல்லையா?”

“ஏன் இருக்காங்களா?”

“நீயிருக்கியே.”

“உனக்கு நக்கலா இருக்கு.”

“நக்கல் இல்ல.”

“நான் வர்றப்ப பக்கத்து வீட்டு ஆன்ட்டி முற்றத்தைத் துப்புரவாக்கிட்டு இருந்தா. அருண் கவலையோடு, வாழ்க்கை வெறுத்த மாதிரி தனியா இருக்குறதால நான் இப்படி எப்போதாவது வந்துட்டுப் போறதும் நல்லதுதான்னு அவ சொல்றா. என்னோட முகத்துக்கு நேரா அப்படிச் சொன்னாலும் கூட மத்தவங்கக்கிட்ட என்ன சொல்றாவோ தெரியாது.”

“நான் அப்படியிருக்கேன்னு அவ ஏன் நினைக்கணும்?”

“முற்றத்தைக் கூட்டிப் பெருக்காததால இருக்கும்.”

“இது ரெண்டுக்குமிடையே என்ன சம்பந்தமிருக்கு?”

“சம்பந்தத்தை உருவாக்கிக்க மனுஷங்களால முடியும் அருண்.”

"நீ கூட என்னைக் குறிச்சு அப்படி நினைச்சுத்தான் இங்க வந்து போறியா நிலூகா?"

"இல்ல. என்னைக் குறிச்சு அப்படி நினைக்கிறதாலதான் வந்து போறேன். ஆனா என்னோட வீட்டு முற்றத்தைப் பார்த்து எவரும் நான் இப்படித்தான்னு நினைக்க மாட்டாங்க. அருண், நீ பாழாகிப் போன முற்றத்துல நின்று கொண்டு மரத்துல இருந்து மாங்காய் பறிச்சு திங்குற குரங்குகளப் பார்த்து விசிலடிச்சு சந்தோஷப்படுறாய். மாங்காயெல்லாம் அநியாயமாப் போயிட்டிருக்கேன்னு நீ பெருமூச்சு விட்டுக் கவலைப்படல. எனக்கும் அப்படி வாழத் தோணுது அருண்."

"உன்னால முடியாது நிலூகா."

"ஏன் முடியாது?"

"நீ இங்க வந்தாக் கூட செய்றதெல்லாம் முற்றத்தைப் பெருக்குறதுவும், மாங்காய் ஊறுகாயை ஞாபகப்படுத்துறதுவும், மாங்காய் பறிச்சு விற்குறதைப் பற்றிச் சொல்றதுவும்தானே."

நிலூகா விளக்குமாறை ஒரு புறம் வைத்துவிட்டு வந்து அருணின் அருகிலேயே படிக்கட்டுத் தரையில் அமர்ந்து கொண்டாள்.

⊙

அன்றைக்குப் பிறகு அவன், அவளருகே வரவேயில்லை

சமில், கம்பஹ நகரத்திலிருந்து இருநூற்று ஐந்தாம் இலக்க பேரூந்தில் ஏறினான். 'இருநூற்று ஐந்தாம் இலக்க பஸ் ஒரு மாதிரியாக இருக்கிறது' என அவனுக்குத் தோன்றியது. ஆனால் அது என்ன மாதிரி என்பதுதான் அவனுக்கு விளங்கவில்லை. இவை எல்லாமும் ஒரே மாதிரிதான் என்பது மாத்திரம் புரிந்தது. கம்பஹ நகரத்திலிருந்து புறப்பட்ட எல்லா பேருந்துகளிலும் ஏற்கனவே சனம் நிறைந்திருந்தது. நிறுத்தப்பட்டிருந்த ஒரு பேரூந்துக்குள் ஏறியவன் இருக்கை எதுவும் காலியாக இல்லாததால் இறங்கிக் கொண்டான். பிறகு அடுத்த பேரூந்தில் ஒருவாறு ஏறிக் கொண்டான்.

பேரூந்து சற்றுத் தூரம் செல்வதற்கிடையிலேயே மூச்சு முட்டச் செய்யுமளவுக்கு சனத்தால் நிறைந்துவிட்டது. சமிலின் தோளை சனக் கூட்டம் நெருக்கியது. அவர்களிடமிருந்து தப்பிக்கவென அவன் மறுபுறமாகத் திரும்பி முதுகில் சனப் பாரத்தைத் தாங்கிக் கொண்டான். கூட்ட நெரிசலின் வியர்வை வாடை அவனது தலையைக் கிறங்கச் செய்தது. தன் மீது புழுதி படாதிருக்க மூடியிருந்த ஜன்னலை, தாங்கவியலாத வியர்வையின் வாடையாலும், புழுக்கத்தினாலும் திறந்து விட்டான். 'பாண் போரணை போலிருக்கிறது' என்று அவனுக்குத் தோன்றியது, என்றாலும், பாண் போரணை எவ்வாறிருக்கும் என்பதை அறிந்து கொள்ள அவன் ஒருபோதும் பாண் போரணைக்குள் இருந்ததில்லை. அவனுடைய உடலிலும், காது வழியேயும் வியர்வை பெருக்கெடுத்து வழிந்து

கொண்டிருந்தது. ஏனையவர்களது ஆடைகளும் வியர்வையில் ஊறிப் போயிருப்பதை அவன் கவனிக்கவில்லை. இருநூற்றி ஐந்தாம் இலக்கப் பேருந்து செல்லும் சாலைகளில் குளிர்பதன வசதி கொண்ட பேருந்துகள் ஓடாதது குறித்து சமில் புறுபுறுத்துக் கொண்டிருந்தான். 'இவ்வளவும் போதும். இதற்கு மேலால் இப்படிப் போக முடியாது' என நினைத்தவன் எழுந்து கொண்டான்.

"முன்னாடி இறங்குறேன்."

மிரிஸ்வத்தை சந்தியை நெருங்கும் முன்பே சமில் பேருந்தின் மணி கட்டப்பட்டிருந்த கயிற்றை இழுத்திழுத்துக் கத்தினான். இறங்குவதற்காக எழுந்து கொண்ட போதும், இறங்கப் போவதாகக் கத்திய போதிலும் இருக்கையை விட்டு நூலிழைகூட அசைய முடியவில்லை.

"நான் இறங்கணும்... முன்னாடி இறங்குறேன்."

"கூச்சல் போடாதீங்க ஐயா. மிரிஸ்வத்தையில எப்படியும் நிறுத்தப் போறோம். ஐயா பக்கத்து ஊருக்குத்தானே டிக்கட் எடுத்திருக்கீங்க?"

சமில் கூட்டத்தினிடையே தட்டுத் தடுமாறிப் புகுந்து நுழைந்து ஒருவாறு கதவருகே வந்து சேர்ந்தான். கடைசியில் அவனாக அல்ல; சனங்கள் எல்லோரும் அவனைக் கதவு வழியே கீழே தள்ளிவிட்டதைப்போலத்தான் நடந்தது. சன நெரிசல் தள்ளியதில் அவன் விழுந்தவனைப்போல தரையில் கால் வைத்தான். மேற்சட்டையின் பொத்தான்கள் இரண்டு, கழுத்தருகே கழன்று விட்டிருந்தன. தலைமுடி கலைந்து போயிருந்தது. களிசானுக்குள் ஒதுக்கி வைத்திருந்த மேற்சட்டை வெளியே வந்திருந்தது. சப்பாத்தின் முடிச்சுகள் அவிழ்ந்து போயிருந்தன. நெலுமின் வீட்டுக்கென வாங்கிக் கொண்டு வந்திருந்த ஒரு டின் பிஸ்கட்டை போட்டு வைத்திருந்த கடதாசிப் பை கிழிந்து போயிருந்தது. சாக்லெட் நசுங்கிப் போய் தூளாகியிருக்கக் கூடும். பழங்களிருந்த பை வழியே வெளியே குதித்த ஓரிரு பழங்கள் பேருந்துக்குள்ளும் இருக்கக் கூடும்.

சமில், ஒரு கடைக்குச் சென்று புதிய பொலிதீன் பையொன்றை வாங்கி எல்லாவற்றையும் அதிலே போட்டான். பாக்கெட்டிலிருந்து வெளியே எடுத்த சீப்பால் தலைமுடியை வாரிக் கொண்டான். சட்டையின் பொத்தான்களைப் போட்டுக் கொண்டு, சட்டையை களிசானுக்குள் ஒருவாறு செருகிக் கொண்டான். களிசான் பாக்கெட்டில் வைத்திருந்த டையை வெளியே எடுத்து ஒழுங்காக மடித்து அதன் கூர் முனை வெளியே தென்படும் விதமாக சட்டைப் பையில் வைத்துக் கொண்டான். எனினும் அங்கிருந்த ஒருவருக்குக் கூட சமிலினது டையின் கூர் முனையை விட்டு சமிலை ஏறிட்டுப் பார்க்கக் கூட நேரமிருக்கவில்லை. எல்லோரும் வாலில் தீப் பிடித்தது போல அவசர அவசரமாக, அங்குமிங்குமாக நடமாடிக் கொண்டிருந்தார்கள். தவறுதலாக அவனது உடலில் மோதியவர்கள் கூட அவனை ஏறெடுத்தும் பார்க்கவில்லை.

முன்பு ஓரிரு தடவை நெலுமுடன் தொலைபேசியில் கதைத்த போது 'என்ன உடுத்திருக்கீங்க?' என்று சமில் கேட்டிருந்தான். நெலும் 'கவுணொன்று' என்றாள். 'எப்படிப்பட்ட கவுண்?' என்று கேட்டான். 'சுருக்கு வைத்துத் தைத்த கைகளைக் கொண்ட, பூக்கள் இட்ட நீண்ட கவுண்' என்றாள். அன்றிலிருந்து சமிலுக்கு, அவள் வீட்டிலிருக்கும் காட்சி கற்பனையில் தோன்றத் தொடங்கியிருந்தது.

கவுணின் இளஞ்சிவப்பு பின்னணியில் வெண்ணிறச் சிறு மலர்கள் பரந்திருந்தன. அதில் அழுக்கு ஒரு துளி கூட இல்லை. தூய்மையிலும் தூய்மையான ஆடை. பூஜைக்குப் பறித்த நீரல்லி மலர் போல. நெலும் என்றால் கூட அதனுடைய அர்த்தம் நீரல்லிப் பூதான்.

சற்றுப் பழைமையான அலங்காரத்துடன் கட்டப்பட்ட வீடொன்றில் நெலும் வசித்துக் கொண்டிருக்கக் கூடும். அந்த வீடு, பழங்கால அரண்மனை வீடுகளைப் போல இருக்கக் கூடும். நாட்டு ஓடுகளுக்குக் கீழே, தாழ்வாரத் திண்ணையின் இறவானத்தில் கொடி போல அலங்கரிக்கப்பட்ட பலகைகள் பொருத்தப்பட்டிருக்கும். வீட்டின் நடுவில் நிலா முற்றம் இருக்குமோ தெரியவில்லை. நெலும், முற்றத்தில் பல வகையான

பூச்செடிகளை நட்டிருப்பாள். பாபன்டேசியா, ஓர்க்கிட், கள்ளி, போகன்விலா போன்றவை அல்ல. சாமந்தி, துலுக்கச் சாமந்தி, நந்தியாவட்டை, ஏழிலைப் பாலை, இக்ஸோரா போன்றவையே அவளுடைய வீட்டு முற்றத்தை அலங்கரிக்கும். தோட்டத்தின் ஒரு மூலையில் சாத்தாவாரி கொடி கூட இருக்கும்.

சமில் சுற்றிவரப் பார்த்தான். மிரிஸ்வத்த சந்தி மாறி விட்டிருந்தது. 'இப்போது சந்தியெல்லாம் இல்லை. நகரமாகிவிட்டது. அரச மரம் கூட இல்லை. முன்பிருந்த அரச மரத்தின் இலைகளைப் பார்த்துக் கொண்டிருக்கும் போதெல்லாம் மனதுக்கு எவ்வளவு இதமாக இருக்கும். பார்த்துக் கொண்டிருக்கவே ஆசையாகவிருக்கும். அரச மரம் மாத்திரமல்ல. எந்தவொரு மரத்தையும் காண முடியவில்லை. தெரு, முன்பை விடவும் விசாலமாக அகன்றிருந்தது. கட்டடங்கள் அனைத்தும் புதுப்பிக்கப்பட்டிருந்தன. முன்பெல்லாம் ஊர், ஊர் போலவே இருந்தது. இப்போது நவீனமாகிவிட்டது. புழுதி, வெயில், இரைச்சல், நெடிதுயர்ந்த கட்டடங்கள், இவைகளுக்கு மத்தியில் குழம்பிய எறும்புக் கூட்டத்தைப் போல வெவ்வேறு திசையில் மக்கள் அலைந்து கொண்டிருக்கிறார்கள். அனைத்தும் அபிவிருத்தி அடைந்து விட்டன' என அவனுக்குத் தோன்றியது. அவன் ஒரு முச்சக்கர வண்டியில் ஏறிக் கொண்டான்.

"பக்கத்து ஊருக்குப் போகணும்."

பலவித எதிர்பார்ப்புகளோடு சமில், நெலுமின் வீட்டுக்குப் போய்க் கொண்டிருக்கின்ற இந்தப் பயணம், அவளுக்கு அறிவித்து விட்டுச் செல்லுகின்ற பயணமல்ல. முன்பே அறிவித்து விட்டுப் போனால், தனக்காக நெலும் சிரமப்படுவாளென சமில் நினைத்தான்.

'சொல்லிவிட்டுப் போனால் முன்பே பொருட்களை வாங்கி வைத்திருந்து மதியம் சமைப்பதற்குத் தயாராகுவாள். எனக்கு இறால் மிகவும் பிடிக்குமென நெலுமுக்குத் தெரியும். இறால் வாங்கிக்கொண்டுவந்து பொரியல் செய்யப் பாடுபடுவாள். கத்தரிக்காய் வதக்கி வைப்பாள். ஊறுகாய் செய்வாள். அவர்களுக்கு அந்தளவு தொந்தரவு கொடுக்கக் கூடாது. நான்

தக்ஷிலா ஸ்வர்ணமாலி | 37

திடீரெனப் போய் நின்று, அவர்கள் சமைத்து வைத்திருப்பதைச் சாப்பிட்டுவிட்டு, அவர்களைப் போலவே சற்றுநேரம் நிம்மதியாக இருந்துவிட்டு வரலாம். அப்போதுதான் அவர்களுக்கு என்னால் ஒரு தொந்தரவும் இல்லாமலிருக்கும். நெலும் இன்று மதியத்துக்கென என்ன சமைத்திருப்பாள்? பருப்புக் குழம்பு வைத்து, நெத்தலி வறுவல் செய்திருப்பாள். இல்லாவிட்டால் முட்டை பொரித்து வைத்திருப்பாள். பச்சைக் காய்கறி சலாதும் தயாரித்திருப்பாள். சலாது இலைகளை வட்டமாக வைத்து மத்தியில் தக்காளியையும், வெள்ளரியையும் வட்ட வட்டமாக நறுக்கி வைத்திருப்பாள். வேறு என்னவெல்லாம் இருக்கும்?'

முச்சக்கர வண்டி குலுங்கிக் குலுங்கிச் சென்றது. மேலே எறியுண்டு கீழே விழுவதைப் போல உணரச் செய்தன குழிகள். 'இங்கே இன்னும் அபிவிருத்தி வரவில்லைப் போல' என சமிலுக்குத் தோன்றியது. சமில் ஒரு தனியார் வங்கியில் பணிபுரிந்து வந்தான். நெலுமும் அங்கேதான் புதிதாக வேலைக்குச் சேர்ந்திருக்கிறாள். அலுவலகத்தில் இருவருக்குமிடையே ஒரு கண்ணாடித் தடுப்பிருந்தது.

"நெலுமுக்குச் சேலை ரொம்ப அழகாக இருக்கு, இல்லையா?" என ஒரு நாள் சமில், அனுஷாவிடம் கேட்டான்.

"ஐயோ சமி... அதுல என்ன அழகிருக்கு? நாட்டுப்புறம் மாதிரி சேலை கட்டியிருக்கா."

"எனக்கு உன்னை மாதிரி நாகரிகமான ஆட்களைவிட நாட்டுப்புறத்தாட்களைத்தான் பிடிச்சிருக்கு" என்றான் சமில்.

முச்சக்கர வண்டி உள்ளே போகப் போக, மேலும் மேலும் நாட்டுப்புறமாக அந்த ஊர் தென்பட்டது.

"அழகான சூழல்தானே தம்பி?" என முச்சக்கர வண்டி சாரதியிடம் சமில் கேட்டான்.

"குழிகள் நிறைய இருக்கு ஐயா. இந்தத் தெருக்கள்ல வாகனத்தை விட்டு, நடந்துகூட போக முடியாது" என்றான் அந்த வாலிபன்.

‘விடுமுறை நாட்களில் நெலும் நதியில் குளிப்பாளாக இருக்கும். வேலைக்கு வரும் நாட்களில் காலையிலேயே குளியலறையில் குளிக்கக் கூடும். விடுமுறை நாட்களில் நெலும் நதியில் குளித்துவிட்டு, வயல் நடுவே வரப்பு வழியே நீண்ட கூந்தலை அவிழ்த்துவிட்டு, பூப்போட்ட கவுணொன்றை உடுத்து நடந்து வரும்போது பார்க்க எவ்வளவு அழகாயிருக்கும்? கூந்தல் காற்றில் அலையும். வழியில் நாவல் பழங்களைப் பறித்துக் கொண்டு வருவாள். வரும் வழியில் குளமொன்றும் இருந்தால் நீரல்லிப் பூக்களையும் பறித்துக் கொண்டு வரக்கூடும். புத்தர் பெருமானுக்கு விளக்குப் பூஜை செய்யவென விளக்குப் பந்தலொன்றும் நெலுமின் முற்றத்தில் இருக்கும். அந்தி நேரங்களில் அதில் பூக்களை வைத்து விளக்குகளை ஏற்றிவைத்து, சந்தனத் திரியும் ஏற்றி, நெலும் பூஜை செய்வதைக் காண ஆசையாக இருக்கிறது. அவற்றின் நறுமணங்கள் முற்றம் முழுவதிலும் பரந்திருக்கும். அவள் குளித்துவிட்டு வந்து இப்போது அம்மாவுடனும், தங்கையுடனும் சேர்ந்து சமையல் செய்து கொண்டிருப்பாள். அம்மாதான் சமைத்துக் கொண்டிருப்பாள். நெலும் தேங்காய் துருவிக் கொடுப்பாளாக இருக்கும். மேசையில் பொருத்தப்பட்ட தேங்காய்த் துருவிதான் அவர்களிடம் இருக்கும். நெலும் அதிகமாகச் சமைக்காவிட்டாலும் கூட, சமையலறையைத் தூய்மையாக வைத்திருப்பாள். சமையல் தொட்டியைக் கழுவி, பளிங்கு மேடையைத் துடைத்து அழகாக வைத்திருப்பாள். தாழ்வாரத்தில் வைக்கப்பட்டிருக்கும் பூச்சாடியில் தினந்தோறும் புதிய பூக்களை இட்டு வைத்திருக்கக் கூடும். சிலவேளை, தினமும் வேலைக்குப் போய் வருவதால் அதைச் செய்ய நேரமிருக்காதல்லவா... அதனால் தாழ்வாரத்திலிருக்கும் பூச்சாடியில் பிளாஸ்டிக் பூக்களை வைத்திருக்கவும் கூடும். நான் போகும்போது நெலும் அப்போதுதான் நதிக்குப் போய்விட்டு நடந்து வந்துகொண்டிருப்பாள். அல்லது சமையலறையிலிருந்து வெளியே வருவாள். இடுப்பில் சமையலறை மேலங்கியும் அணிந்திருப்பாள். இல்லாவிட்டால் முற்றத்தில் இடப்பட்டிருக்கும் சீமெந்து வாங்கில் அமர்ந்திருந்து பத்திரிகை வாசித்துக் கொண்டிருப்பாள். அவள் பெண்களுக்கான சஞ்சிகைகள் ஏதாவதைப் புரட்டிக் கொண்டிருக்கவும் கூடும். இல்லாவிட்டால் தங்கையோடு சேர்ந்து தொலைக்காட்சி

பார்த்துக் கொண்டிருப்பாள். இந்த நேரத்தில் அழகுக் குறிப்புகள் சம்பந்தமான நிகழ்ச்சிகள்தான் தொலைக்காட்சியில் ஒளிபரப்பாகிக் கொண்டிருக்கும்.'

"இந்த சந்தியிலிருந்து எந்தப் பக்கமாப் போகணும் ஐயா?"

சமில் சுற்றிவரப் பார்த்தான். நான்கு தெருக்கள் இணையும் சந்தி அது. நெலும் முன்பொரு தடவை கூறியிருந்தபடி வலப்புறமாகச் செல்ல வேண்டும்.

"என்னமோ நீங்க வரப் போறது மாதிரி வழி கேட்குறீங்க...? அடடா... நீங்க எங்க வீடுகளுக்கெல்லாம் வருவீங்கன்னுதான் எங்களுக்குப் பயமாக் கிடக்கு" என்றுதான் நெலும் அன்று கூறியிருந்தாள்.

"வலப்புறமாத் திரும்பினா ஆறாவது வீடு. பச்சைக் கலர் மதிலுக்கு அடுத்துவரும் வீடு. இடப்புறமா. இப்படியே கொஞ்சம் முன்னாடி போங்க. இதோ இருக்கு பச்சை மதில். சரி. அடுத்த வீடுதான்."

முச்சக்கர வண்டி நின்றது.

'இடப்புறமாக. பச்சை நிற மதிலுக்கு அடுத்தது. முன்பு அவள் சொல்லியிருந்த விதத்தில் பார்த்தால் வீடு இதுதான்.'

சமில் முச்சக்கர வண்டியிலிருந்து இறங்கி, மறைவாக நின்று கொண்டு அந்த வீட்டைப் பார்த்தான். கூரைக்குக் கீழே பூ அலங்காரப் பலகைகள் எவையும் இருக்கவில்லை. கூரையும் சாதாரண தகரங்களால் வேயப்பட்டிருந்தது. அவையும் துருப்பிடித்திருந்த தகரங்கள். சுவர் மெழுகப்பட்டிருக்கவில்லை. சுற்றிவர மதிலுமில்லை. மரக்கட்டை வேலி மாத்திரமே இருந்தது.

"எனக்குப் போக வேண்டியிருக்கு ஐயா. நீங்க போனவுடனேயே வர மாட்டீங்கதானே...?"

வீட்டைப் பார்த்துக் கொண்டிருந்த சமில், முச்சக்கர வண்டி வாலிபனைப் பார்த்தான்.

"எவ்வளவு தம்பி?"

"இருநூறு ரூபா. இப்போ நாங்க கடந்துவந்த சந்தியில த்ரீவீலர் பார்க் இருக்கு. போகும்போது ஐயாவுக்கு அங்கேயிருந்து ஆட்டோ எடுத்துப் போகலாம்."

சமில், முச்சக்கர வண்டியை அனுப்பிவிட்டான். அந்த வீட்டின் முற்றத்துக்கு வந்தான். முற்றத்தில் ஒரு பூ மரம் கூட இல்லை. முற்றத்தின் ஓர் ஓரமாக பொன்னங்காணிக் கீரை கொஞ்சம் நடப்பட்டிருந்தது. வீட்டின் அருகில் ஒரு மூலையில் ஒரேயொரு இடத்தில் மாத்திரம் பழைய டயரில் மண் நிரப்பி துபாய் ரோஸ் நடப்பட்டிருந்தது. இன்னும் பூத்திருக்கவில்லை.

"வீட்டுல யாரு?"

யாரும் இருப்பதுபோலத் தென்படவில்லை.

"வீட்டுல யாரு?"

"ஏன் யாரைச் சந்திக்கணும்?"

வீட்டை விட்டுச் சற்றுத் தள்ளியிருந்த கழிப்பறையிலிருந்து யாரோ ஒரு சிறுமி வெளியே வந்து கேட்டாள். கையோடு வாளியையும் எடுத்து வந்திருந்தாள்.

"நெலுமோட வீடு இதுவா?"

"அம்மா... யாரோ ஒருத்தர் வந்து அக்காவைப் பற்றி விசாரிக்குறாங்க..."

"சும்மா பதறாம அங்கேயே இரு. நான் தென்னோலைகளை எடுத்துட்டே வந்துடுறேன்."

சற்று நேரத்தில் நெலுமின் அம்மா காய்ந்த தென்னோலைகளை இழுத்துக் கொண்டு வந்து முற்றத்தின் நடுவே போட்டாள்.

தக்ஷிலா ஸ்வர்ணமாலி | 41

ஒரு கையில் வெட்டுக் கத்தியிருந்தது. இடுப்பைச் சுற்றி ஒரு சீத்தைத் துணியும், சட்டையும் அணிந்திருந்தாள்.

“மகளைச் சந்திக்கவா ஐயா?”

“ஓஹ். நெலுமை...”

“பேங்கிலிருந்தா?”

“ஆமா.”

“நெலுமோ... நெலுமோ... இங்க வா. உன்னைச் சந்திக்க ஒரு ஐயா வந்திருக்கார்.”

நெலுமின் அம்மா தென்னோலைகளைத் தனித்தனியாக வெட்டத் தொடங்கினாள். பின்னர், வெட்டிய ஓலைகளை மாத்திரம் தனித் தனியாகக் கட்டிவைத்தாள்.

“பீட்டர்கிட்ட சொல்லி ஒண்ணு ரெண்டு தென்னை மரத்துலருந்து தேங்காய் பறிச்சோம் ஐயா. காய்ஞ்சு போயிருந்த ஓலைகளையும் வெட்டிப் போடச் சொன்னேன். மகள் அங்க தேங்காய் சேகரிச்சுட்டிருக்காள். மூட்டை கட்டி எடுத்துட்டு வந்துடுவாள். பட்டை பாளைகளைச் சேகரிச்சுக் கொண்டு வான்னு இந்தச் சின்னவளுக்கு வாய் ஓயாமச் சொல்லிட்டிருந்தேன். இவள் காதுல வாங்கவேயில்ல.”

சமில் முற்றத்தின் மத்தியிலேயே நின்று கொண்டிருந்தான். சிறுமி வாளியைத் தலைகீழாகப் புரட்டி வைத்து அதன் மீது அமர்ந்து கொண்டு அவனையே பார்த்துக் கொண்டிருந்தாள். சிறுமியின் கவுண் இடுப்பினருகே சிறிது கிழிந்திருந்தது. தோட்டத்தின் கீழேயிருந்து நெலும் மெதுவாக மேடேறி வருவது தென்பட்டது. முதுகில் தேங்காய்கள் நிறைந்த மூட்டையைச் சுமந்திருந்தாள். வந்தவள் முற்றத்தின் ஒரு ஓரமாக மூட்டையை இறக்கி வைத்தாள். நெலுமின் கவுணில் பூக்கள் இருந்தனதான். சுருக்கிட்டுத் தைத்த கைகள்தான். ஆனால், அந்த கவுண் மிகவும் பழையதாகவிருந்தது. கவுணின் பாவாடை இரு புறமும் கறுப்பாகி விட்டிருந்தது. சமைக்கும் போது கவுணின் இரண்டு

புறங்களிலும் கைகளைத் துடைப்பதாலாக இருக்கும். நெலுமின் அனைத்து கவுண்களும் இப்படித்தான் இருக்கக் கூடும்.

"அடடா... எங்க சமில் இது? எங்க போற பயணமப்பா?"

நெலும், எப்போதும் போல, எவ்வித வித்தியாசமுமில்லாமல் கேட்டு வெள்ளந்தியாகச் சிரித்தாள்.

"இங்கதான் வந்தேன்."

"சொல்லிட்டு வரணும்ல?"

"அப்போ தொந்தரவா இருக்குமே."

"என்ன தொந்தரவப்பா. சொல்லாம வந்தால்தானே தொந்தரவா இருக்கும். உள்ள வாங்க. சின்னவளே, கதிரைக்கு குஷன் ஒண்ணைக் கொண்டுவந்து போடேன்."

சமிலுக்கும், நெலுமுக்கும் முன்பாக சிறுமி வீட்டுக்குள் ஓடினாள். உள்ளே சென்று அறைக்குள்ளிருந்து கதிரைக்கான மெத்தையொன்றை எடுத்துக் கொண்டு வந்து கதிரையில் இட்டாள்.

"உட்காருங்க சமில்."

நெலும், குஷனில்லாமலேயே மற்றுமொரு கதிரையின் பலகை மீது அமர்ந்து கொண்டாள். சிறுமி, நெலுமின் மடியில் அமர்ந்து கொண்டாள்.

"நான் நினைச்சிருந்ததிலும் பார்க்க தங்கச்சி சின்னவளா இருக்கா. எத்தனையாம் வகுப்பு படிக்கிறா?"

"அஞ்சாம் வகுப்பு. என்னைவிட ரொம்பச் சின்னவள். சித்தப்பாவோட மகள்."

"சித்தப்பாவோட?"

"ஆமா. அப்பா காலமானதுக்குப் பிறகு சித்தப்பாதான் வீட்டுல தங்கியிருந்து எங்களைப் பார்த்துக்கிட்டார். நான் தேத்தண்ணி

ஊத்திக்கிட்டு வரேன். சின்னவளே... உனக்கும் சேர்த்து நான் தேத்தண்ணி ஊத்திட்டு வாறவரைக்கும் இந்த அண்ணாவோட கதைச்சுக் கொண்டிரு. சரியா?"

"ஐயோ என்னால முடியாது. நானும் தேத்தண்ணி ஊத்த வரேன்."

"அப்போ இந்த அண்ணா தனியா இருக்கணுமே."

"நானும் கிச்சனுக்கு வரேன்" என்று கூறியவாறு சமிலும் எழுந்தான்.

சமையலறையின் தரையில்தான் அடுப்பிருந்தது. களிமண்ணால் கட்டப்பட்ட இரண்டு அடுப்புகள். ஒரு புறமாக விறகுக் குவியல். தரையில் ஈரப்பலாத் தோல்கள். தேநீர் ஊற்றவென உளுத்துப் போன பழைய பலகை மேசையொன்று. மேசை முழுவதும் எறும்புகள். பிளாஸ்டிக் கோப்பைகள்.

"ஐயா, பகலுக்கு சாப்பிட்டுப் போக இருப்பீங்கதானே. மகள் என்ன சமைச்சிருக்கே?"

"இப்பதான் ஈரப்பலா அவிச்சிட்டிருக்கேன்மா."

"அப்போ அக்கா இன்னும் ஏதாச்சும் புதுசா சமைக்கப் போறியா? எல்லா நாளும் போல ஈரப்பலாவும், தேங்காயும் இல்லதானே? காலையில அப்படித்தானே சொன்னே?"

"சின்னவளே வாயை மூடிட்டு அங்கால போ."

"சின்னவளைத் திட்டாதீங்கம்மா."

"இல்ல நெலும். என்னால பகலுக்குச் சாப்பிட இருக்க முடியாது. இங்க பக்கத்துல ஓரிடத்துக்குப் போறப்ப வந்தேன். இப்ப நான் டீயைக் குடிச்சுட்டுப் போயிடுவேன்."

"இங்கதான் வந்ததா சொன்னீங்கதானே. அவித்த ஈரப்பலாவாவது சாப்பிட்டுப் போகலாமே."

"இல்ல. வேணாம் நெலும். எனக்கு சீக்கிரமாப் போகணும்."

சமில் சிறுமியோடு வந்து கூடத்தில் அமர்ந்து கொண்டான். கூடத்தில் மேசையின் மீது கறுப்பு வெள்ளைத் தொலைக்காட்சிப் பெட்டியொன்று வைக்கப்பட்டிருந்தது. மெத்தைகளற்ற கதிரைகள் காணப்பட்டன. மெத்தைகளெல்லாம் அறைக்குள் பத்திரமாக எடுத்து வைக்கப்பட்டு, யாராவது வந்தால் மாத்திரம் போடப்படக் கூடும். கூடத்தில் வேறு எதுவுமே இருக்கவில்லை.

"ஏன் தங்கச்சி குஷனெல்லாத்தையும் ரூமுக்குள்ள வச்சிருக்கீங்க?"

"அது... அம்மா பாடுபட்டு சீட்டுப் போட்டுச் சேமிச்சு, கஷ்டப்பட்டு வாங்கிய கதிரைகள் என்றதால எங்களை அதுல உட்கார விடமாட்டா. அழுக்காகும்னு சொல்லி குஷனையெல்லாம் ரூமுக்குள்ள எடுத்து வச்சிருக்கா."

நெலும் தேநீர் எடுத்துக்கொண்டு வந்தாள்.

"எடுங்க சமில்."

"அக்கா எனக்கு?"

"குசினியில வச்சிருக்கேன். எடுத்துக் குடி. சரியா? அம்மாவும் குடிச்சிட்டிருக்கா."

சிறுமி சமையலறைக்குச் சென்று ஒரு கையில் பிளாஸ்டிக் கோப்பையொன்றையும், மற்ற உள்ளங்கையில் கொஞ்சம் சீனியையும் எடுத்துக்கொண்டு வந்து கூடத்தின் தரையில் அமர்ந்துகொண்டாள். சீனியை நாக்கால் நக்கிச் சுவைத்து தேநீரை ரசித்து ருசித்து பருகத் தொடங்கினாள். அம்மா தனது உள்ளங்கையை இடுப்புத் துணியில் துடைத்தவாறே கூடத்துக்கு வந்தாள்.

"இந்த மகளாலதான் நாங்க இப்ப தலை தூக்கியிருக்கோம் ஐயா. சின்னவளோட அப்பா சிறையிலருந்து வெளியே வர இன்னும் ஒரு வருஷம் இருக்கு. அவர்தான் மூத்தவளைப் படிப்பிக்கவும் செலவழிச்சார். இந்தத் தடவை தண்டப் பணத்தைக் கட்ட வழியில்லாம உள்ளே இருக்க வேண்டிவந்தது."

"இதுல என்ன இருக்கு அண்ணா?" சிறுமி, சமில் கொண்டு வந்திருந்த பையைச் சுட்டிக் காட்டிக் கேட்டாள்.

"உங்களுக்காகத்தான் எடுத்துட்டு வந்தேன். நான் போனதுக் கப்புறம் என்னன்னு பாருங்களேன்."

"சந்தியிலிருந்து பஸ்ஸும் கிடைக்கும். த்ரீவீலரும் இருக்கும் சமில்."

"நான் அப்போ போயிட்டு வாறேன் நெலும்."

"அப்போ வீட்டுக்குப் போய் ஃபோன் பண்ணுங்க."

"பார்க்கலாம். முடிஞ்சால்தான்."

அம்மா தென்னை மட்டைகளை வெட்டத் தொடங்கினாள். சிறுமி சமிலுக்குப் பின்னால் வேலி வரை வந்தாள். நெலும் கதவருகே நின்று கொண்டு பார்த்துக் கொண்டிருந்தாள். கண்காணாத தொலைவுக்கு சமில் போன பிறகு சிறுமி வீட்டுக்குள் வந்தாள். சமில் கொண்டு வந்தவற்றை வெளியே எடுத்தாள்.

"அக்கா இங்க பாரு! பிஸ்கட்... சாக்லெட்... திராட்சை... ஆப்பிள்... ஆரஞ்சு..."

"எதுக்கு மகள் அந்த ஐயா இவ்வளவையும் தூக்கிட்டு வந்திருக்கார்? சும்மா வந்த மாதிரி தெரியல."

"ஆனா... அவர் இனிமே வரமாட்டார் அம்மா."

"நான் இதைச் சாப்பிடப் போறேன். நீயும் சாப்பிடுக்கா."

"எனக்கு வேணாம் சின்னவளே. நீ சாப்பிடு. நான் சம்பளம் எடுத்தாப் பிறகு உனக்கு இன்னும் திராட்சைப் பழம் வாங்கிட்டு வந்து தாறேன்."

"ஓஹோ... சம்பளத்திலயும் திராட்சையை வாங்கிட்டு வரப்போறியா...? உன்னோட தங்க மாலையைக் கூட இன்னும்

அடகுக் கடையிலருந்து மீட்டெடுக்கல. வீட்டைச் செய்றது எப்போ? இப்படியே திராட்சையைச் சாப்பிட்டுட்டிருங்க."

"சின்னவளே... வேண்டிய மட்டும் சாப்பிட்டுட்டு அம்மாவுக்கும் எல்லாத்துலயும் கொஞ்சம் கொஞ்சம் மிச்சம் வைக்கணும்... சரியா?"

◉

அந்திம காலத்தின் இறுதி நேசம்

அந்தத் தெருவின் ஓரிடத்தில் அந்த முதியவர் இருந்தார். அதே தெருவின் ஓரிடத்தில் அந்த முதியவரது வீடும் இருந்தது. அது, முதியவரின் பின்புறமாக வீற்றிருந்தது. வீட்டைச் சூழவும் இருந்த வீட்டுத் தோட்டத்தின் ஒரு மூலையில் நுழைவாயிற் கதவின் அருகில் அந்த முதியவர் சக்கர நாற்காலியொன்றில் அமர்ந்திருந்தார். வீட்டு முற்றத்தில் முதுமையடைந்திராத மரங்கள் ஆங்காங்கே நிமிர்ந்து நின்று முதியவரைப் பார்த்துக் கொண்டிருந்தன. மரங்களிடையே இடைவெளி காணப்பட்டது. நன்றாகப் பராமரிக்கப்படும் பூச்சாடிகள் சிலவற்றை வீட்டை நெருங்கும்போது காணக் கிடைத்தது. சக்கர நாற்காலியில் அமர்ந்திருந்த அந்த முதியவர், கண்ணிமைக்காமல் தெருவையே பார்த்துக் கொண்டிருந்தார். இப்பொழுது யாராவது தன்னைப் பார்க்கக் கூடுமென அவர் பார்த்துக் கொண்டேயிருந்தார்.

தெருவில் அந்தளவுக்கு ஆட்கள் நடமாட்டமில்லை. எப்போதாவதுதான் யாராவது வருவார்கள், போவார்கள். ஓரிருவர் முதியவரை ஏறெடுத்துப் பார்ப்பார்கள். அநேகமானவர்கள் அவரைக் கண்டுகொள்ள மாட்டார்கள். மிகவும் அபூர்வமாக, எவராவது ஒருவர் அவரருகில் நின்று ஏனோதானோவென்று ஓரிரு வசனங்களை முணுமுணுத்துவிட்டுச் செல்வார். முதியவர் அதற்காக பூரித்துப் போக மாட்டார். நடுத்தர வயதைத் தாண்டிக் கொண்டிருந்த ஒரு பெண், இடைக்கிடையே முதியவரது வீட்டினுள்ளிருந்து வெளியே எட்டிப் பார்ப்பாள். அவர் அந்த

இடத்தில் அப்படியே இருப்பார். அவள் மீண்டும் தனது வேலைகளைத் தொடர வீட்டுக்குள் செல்வாள்.

அந்த நுழைவாயிலையொட்டி அமைந்திருந்த தெருவில், நிழல் அடர்ந்திருந்தது. தெருவின் இருமருங்கிலும் பல மரங்களும், சில கட்டடங்களும் வீற்றிருந்தன. அந்தத் தெருவில் பேருந்து ஓடவில்லை. அதே தெருவில் இரண்டு, மூன்று மைல் தொலைவில் அந்த இளம்பெண்ணின் வீடு இருந்தது. அந்த வீட்டுக்குச் செல்ல இன்னுமொரு பாதையும் இருந்தது. அதன் இருமருங்கிலும் பல கட்டடங்களும், சில மரங்களும் வீற்றிருந்தன. அந்த இளம்பெண் ஒவ்வொரு நாளும் பேருந்தில் ஏறி அந்தப் பாதையின் வழியேதான் பயணித்து வந்தாள். ஒரு நாள் அவள் பேருந்தில் ஏறாது தவிர்த்துவிட்டு, இடப்பக்கத் தெரு வழியே நடந்து சென்றாள். பேருந்துகள் ஓடாத, மரங்கள் அடர்ந்த அத் தெருவின் நிழல் வழியே அவள் தனது வீட்டை நோக்கி நடக்கத் தொடங்கினாள். அந்த இரண்டு, மூன்று மைல் தூரத்தையும் அவள் நடந்து கடக்க வேண்டும். அந்தத் தெருவிலேதான் ஓரிடத்தில் அந்த முதியவர் இருந்தார். அதே தெருவின் ஓரிடத்தில் அந்த முதியவரது வீடும் இருந்தது. முற்றத்தின் மூலையிலிருந்த நுழைவாயிற் கதவின் அருகில் அந்த முதியவர் சக்கர நாற்காலியொன்றில் அமர்ந்திருந்தார்.

அந்த இளம்பெண் மிகவும் மெதுவாக அடி வைத்து நடந்தாள். அவளைக் கண்டது முதல், தன்னை அவள் கடந்து செல்லும்வரை அந்த முதியவர் அவளையே பார்த்துக் கொண்டிருந்தார். அவளும் அவரைக் கண்டாள். அவள் புன்னகைத்தாள். அது, அவள் எல்லோருக்கும் வழங்கும் புன்னகை. முதியவரும் புன்னகைத்தார். அது, அவரது நினைவுக்கெட்டிய விதத்தில் எவருக்கும் வழங்கியிராத புன்னகை. இளம்பெண்ணின் நடைவேகம் மெதுமெதுவாகக் குறைவதை முதியவர் அவதானித்தார். அவள் திரும்பினாள். முதியவர் பூரித்துப் போனார்.

“ஐயாவை எங்கேயோ பார்த்த ஞாபகம்.”

“எனக்கும் மகளை எங்கேயோ பார்த்த ஞாபகம் இருக்கு.”

“நான் இதற்கு முன்பு இந்த வழியா நடந்து போனதில்ல.”

“இங்க பக்கத்திலா இருக்கீங்க?”

“இங்கிருந்து ரெண்டரை மைல் தூரமிருக்கும். மூவாற்றைக் கடந்து போகணும்...”

“ஏன் நடந்து போறீங்க?”

“சும்மா தோணுச்சு. அந்தத் தெரு போல இல்ல இந்தத் தெரு. இந்தத் தெரு ரொம்ப இதமாயிருக்கு.”

“கால் வலிக்குமே?”

“இல்ல.”

“இயலுமான காலத்தில நானும் நடந்திருக்கேன் வேண்டிய மட்டும்.”

“ஐயாவுக்கு மட்டுமில்ல... எனக்கும் கூடத்தான் நடக்கவே முடியாத ஒரு காலம் வரும். எல்லோருக்குமே அப்படித்தானே?”

“உள்ளே வாங்க. தேத்தண்ணி ஒண்ணு குடிச்சுட்டுப் போகலாம். பொஞ்சாதி உள்ள இருக்கா.”

“இப்ப முடியாது. இன்னொரு நாள் வரேன்.”

“இப்படித்தான் சொல்வீங்க... ஆனா வர மாட்டீங்க.”

“இல்ல... நிஜமா வரேன். இன்னிக்கு ரொம்ப தாமதமாகிட்டுது. வரத் தாமதமாகும்னு வீட்ல சொல்லக் கூட இல்ல. வீட்ல பயப்படுவாங்க.”

“திரும்ப எப்ப வருவீங்க?”

“முடியுமானப்போ வருவேன். இப்ப போயிட்டு வரேன்.”

பூ அலங்காரச் சேலை. இருபுற வகிடெடுத்து ஒற்றைப் பின்னலாக்கிய பொலிவற்ற கூந்தல். கோப்பிப் பூ புன்னகை. மெல்லிய தென்றலுக்கு அசையும் அரச மரக் கொழுந்து போன்ற விழிகள். தங்க நிறத்தில் பளபளக்காத, பல காலமாக வெயிலில்

வாடி நிறமிழந்த கன்னங்கள். எனினும் உத்வேகத்தில் துடிக்கும் கன்னங்கள். முதியவருக்குள் அந்த இளம்பெண் அடிக்கடி தென்பட்டாள்.

'முடியுமானப்போ வருவேன். இப்ப போயிட்டு வரேன்.'

நடுத்தர வயதைக் கடந்து கொண்டிருந்த பெண்மணியான அவரது மனைவி அவருக்கு சேவகம் செய்யும்போதும், அவரைப் படுக்கைக்குக் கூட்டிச் செல்லும்போதும், அவருக்குத் தூக்கம் கண்ணைச் சுழற்றும்போதும், அவருக்கு அந்த இளம்பெண் தென்பட்டாள். முதியவர் இரு விழிகளையும் நன்றாகத் திறந்து அந்த நடுத்தர வயது பெண்மணியை ஏறிட்டுப் பார்த்தார்.

'என்னுடனேயிருந்து கிழவியாகிட்டாள். ஒரு காலத்தில் அந்தப் பிள்ளையைவிட அழகாக இருந்தாள். பாவம் அந்தப் பிள்ளை. நடந்தே போயிருப்பாள். அந்தத் தெருவில் பேருந்து போகும்போது எதற்காக இந்தத் தெருவில் நடந்து வந்தாளோ? நடந்து வந்ததுவும் நல்லதுதான். இல்லாவிட்டால் நாங்கள் எவ்வாறு சந்தித்திருக்க முடியும்? அங்கேயும் இங்கேயும் பராக்கு பார்த்துப் பார்த்து மெதுமெதுவாக நடந்து போனாள். ரொம்ப தூரம் நடந்துபோக வேணுமே என்றதைக் கவனத்தில் கொள்ளவேயில்லை. இன்றுதான் இந்தத் தெரு வழியே முதன்முறையா போயிருக்கிறாள் என்றால் திரும்பவும் வருவாளோ மாட்டாளோ என்னவோ. ஆசைக்கு ஒரு தடவை நடந்து பார்த்திருப்பாள். அதற்காகத் திரும்பவும் இதே வழியில் வருவாளா என்ன? ஆனால் வரேன்னு சொன்னாளே. ஆட்டோ ஒன்றிலாவது வருவாள் ஒருநாள்.'

"மகன் இந்தத் தடவை விடுமுறைக்காவது வருவானா?"

"போன தடவையும் வரேன்னு சொல்லிட்டு வரலையே. நீங்க அவனை எதிர்பார்த்துட்டிருக்க வேணாம். வந்தாலும் ஒண்ணுதான். வரலைன்னாலும் ஒண்ணுதான்."

"மகன் வர்றது உனக்குப் பிடிக்கலையா? மகனோட சின்ன வயசுல கூட உனக்குப் போட்டி மகனோடுதான். மகனை

விடவும் உன் மேல நான் பாசமா இருக்குறதைப் பார்க்குறதுதான் எப்பவும் உன்னோட ஆசை."

"அப்படியொண்ணும் இல்லைங்க. அந்தக் குழந்தையை நல்ல படியா வளர்த்தெடுக்கணும்னுதானே உங்க விருப்பமிருந்தது."

"மகளொருத்தியாவது பிறந்திருந்தா நல்லாயிருந்திருக்கும். இல்ல?"

"அப்படியிருந்தாலும் அவ்வளவுதாங்க. அவளும் புருஷனோட போய், குழந்தை பெத்து வளர்த்து... அப்புறம் எங்க நேரமிருக்கும் நம்ம கூட இருக்க?"

"அந்தப் பிள்ளைக்குன்னா நேரமிருக்கும் போல."

"எந்தப் பிள்ளைக்கு?"

"வரேன்னு சொல்லுச்சே."

"யாரு?"

"உன்னாலயும் முடியலை இப்போ... எனக்கு தனியா சேவகம் செய்ய."

"எனக்கு இன்னும் சக்தியிருக்குங்க. இந்தக் காலத்தில உதவிக்கு நம்பிக்கையான ஒருத்தர் கிடைக்குறதும் லேசில்ல."

"நாங்க ரெண்டு பேரும் இப்படியே தனியா இருக்குறது அதைவிட நல்லது. நான் அந்தப் பிள்ளையைப் பற்றி யோசிச்சுட்டிருந்தேன்."

'என் புருஷனோட ஞாபக சக்தி குறைஞ்சிட்டு வருது' என்று நடுத்தர வயதைத் தாண்டிக் கொண்டிருந்த அந்தப் பெண்மணி நினைத்துக் கொண்டாள்.

'அந்தப் பிள்ளை கனவிலாவது வந்தா நல்லாயிருக்கும். அவ்வளவு சீதேவியான, பாசமான பிள்ளையை ரொம்ப நாளைக்குப் பிறகு கண்டிருக்கிறேன். எப்பவும் சிரிச்சுக்கிட்டேயிருக்கா. அது

போலிச் சிரிப்புமில்ல. இதே தெரு வழியே நாளைக்கும் வந்தா நல்லது. திரும்ப வரும்போது நடந்து வராம டவுணிலிருந்து ஆட்டோ ஒண்ணுல வரச் சொல்லணும். ஆட்டோ காசு நாம கொடுக்கலாம்னு பொஞ்சாதிக்கிட்ட சொல்லணும்.'

முதியவர் அந்த இளம்பெண்ணைக் குறித்து சிந்தித்துக் கொண்டேயிருந்ததனால், நள்ளிரவு கடந்த பிறகே அவருக்கு நித்திரை வந்தது. எனினும் கனவில் அவள் வரவில்லை. காலை நேரம் முழுவதும் அவர் அதற்காக கவலையுடன் காணப்பட்டார்.

"என்னை வாசலுக்குப் பக்கத்துல விட்டுட்டு உன்னோட வேலைகளைக் கவனியேன். ஒண்ணுக்குப் போகணும்னா நான் உன்னைக் கூப்பிடுறேன்."

மத்தியானமாகும்போது முதியவர் உத்தரவிட்டார். நடுத்தர வயதைத் தாண்டிக் கொண்டிருந்த பெண்மணி அந்த முதியவரை சக்கர நாற்காலியோடு நுழைவாயிலருகே தள்ளிக் கொண்டு வந்தாள்.

பொஞ்சாதிக்கிட்ட சொல்லி சாப்பாட்டையும், தண்ணீரையும் இங்கேயே கொண்டு வந்துடணும். சாப்பிடப் போற அந்த நேரத்துல, இந்த இடத்தை அந்தப் பிள்ளை தாண்டிப் போய்ட்டான்னா? இந்த நேரம்தான் அந்தப் பிள்ளை வேலை விட்டுப் போறான்னா அவள் எங்கே வேலை பார்ப்பாளாக இருக்கும்? தோற்றத்தையும், வந்த நேரத்தையும் வச்சுப் பார்த்தா ஏதாவது ஸ்கூல்ல வேலை பார்க்கத்தான் அதிக வாய்ப்பிருக்கு.

முதியவர் பார்த்துக் கொண்டிருந்தார். அவர் காத்துக் கொண்டேயிருந்தார்.

○ ○ ○

"போன கிழமை நீ அந்தத் தெரு வழியா நடந்து போனதைக் கண்டதா ஹாமினே சொன்னா?"

"அந்தப் பொம்பளை பட்டப்பகல்ல ஒரு மோகினியைக் கண்டாளோ என்னவோ?"

தக்ஷிலா ஸ்வர்ணமாலி | 53

"நீ அன்னிக்கு தாமதமாத்தான் வீட்டுக்கு வந்திருந்தாய். நான் வரப்போதான் நீ சேலை மாத்திட்டிருந்தாய்"

"அன்னிக்கு ஸ்கூல்ல மாலை வகுப்பிருந்துச்சு"

"என் காதுல பூ சுத்த இந்த டீச்சரால முடியாது"

"அவ்வளவு சந்தேகமா என் மேல?"

"வேற ஆட்களப் போல உனக்கு கள்ளப் புருஷன் இருப்பான்னு எல்லாம் எனக்கு சந்தேகம் இல்ல. ஆனா நீ என்கிட்ட பொய் சொல்றேன்னு மட்டும் புரியுது. நான் திட்டப் போறேனா என்ன? போற, வர்ற இடங்களை சொல்லிட்டுப் போ மெனிக்கா. அந்தப் பாழுந் தெருவுல ராத்திரி நேரம் ஒரு வாகனத்தைக் கூட கொள்ளையடிச்சாங்களாம். அந்தத் தெருவோரத்துல இருக்குற ரப்பர் தோட்டத்துலதான் ஒருத்தனைக் கொன்னு சடலத்தைக் கொண்டு வந்து போட்டிருந்தாங்க."

"அது ராத்திரியில... இது பட்டப் பகல்"

"எதுவாயிருந்தாலும் அந்தத் தெருவுல பூனை, நாய்கூட போகாத பயங்கரமான இடங்கள்தான் நிறைய இருக்கு."

'அந்த ஐயா என்னை எதிர்பார்த்துக் கொண்டிருப்பாரோ தெரியாது. இருக்காது. இப்பொழுது என்னை ஞாபகமும் இருக்காது. என்னைப் போல ஒருத்தியைச் சந்தித்ததும் நினைவிருக்காது. வயதாகிவிட்டது இல்லையா? ஆனால் தவறியேனும் என்னை நினைவிருந்தால்?'

சோர்ந்து போன, கலங்கிய, உட்புதைந்த முதிய விழிகள். நீண்ட கூரிய மூக்கு. அகன்ற உதடுகள். மிக நெடுங்காலத்துக்கு முன்பு, ஒரு காலத்தில் அந்த முதியவர் அதே அங்கங்களோடு பலம் மிக்க இளைஞனாக இருந்திருக்கக் கூடுமென திடீரென அந்த இளம்பெண்ணுக்குத் தோன்றியது. அவள் அந்த இளைஞனின் தோற்றத்தை சிந்தித்துப் பார்க்க முயற்சித்தாள். அந்த இளைஞனது உடலைக் கற்பனை செய்து பார்ப்பது ஒருபுறம்

இருக்க, அந்த முதியவரது தற்போதைய உருவம் கூட தனக்குச் சரியாக நினைவில் இல்லை என்பது அவளுக்குப் புரிந்தது.

○ ○ ○

அவர் முதியவர். அந்த முதியவருக்கு அவளது கண் இமைகளையும், அகன்ற புருவங்களையும், மெல்லிய உதடுகளையும், சிறிய நாசியையும், வட்ட முகத்தையும், பின்னலிலிருந்து தப்பி மயிர்க்கற்றை விழுந்திருந்த நெற்றியையும், அழகற்ற மேனியையும் ஒவ்வொன்றாக மிகச் சரியாக நினைவுபடுத்திப் பார்க்க முடிந்தது. 'அந்தப் பிள்ளை அழகானவள்.' முதியவர் காத்துக்கொண்டிருந்தார். அவர் நுழைவாயிலருகே அமர்ந்து பார்த்துக் கொண்டேயிருந்தார். அவள் வரவில்லை.

'அந்தப் பிள்ளையோட வயசுல என் பொஞ்சாதியும் அந்தப் பிள்ளையைவிட அழகாயிருந்தா. அன்னிக்கு அந்தப் பிள்ளையோட கையில குடையொண்ணு கூட இருக்கல.'

முதியவர் காத்துக் கொண்டிருந்தார். நுழைவாயிலருகே அமர்ந்து பார்த்துக் கொண்டேயிருந்தார். அவள் வரவில்லை. முதியவர் மீண்டும் மீண்டும் வழியைப் பார்த்துக் கொண்டேயிருந்தார். ஒரு நாள் அவள் வந்தாள்.

"மகளுக்கு உடம்பு சரியில்லாமப் போச்சோ?"

"ஐயோ இல்ல ஐயா... வேலை கொஞ்சம் கூடிப்போச்சு. ஸ்கூல்ல பரீட்சை விடைத்தாளெல்லாம் திருத்துற வேலை நிறைய இருக்கு இந்தக் காலத்துல."

"ஸ்கூல்ல பாடம் நடத்துறவங்கன்னு எனக்கு தோணுச்சு. ஏன் மகள் இவ்வளவு தூரம் நடந்தே போறீங்க? பஸ்ல போகாம இந்த வழியாப் போற நாட்கள்ல ஆட்டோல போங்க. நான் காசு தரேன்."

"ஐயோ வேணாம் ஐயா... எனக்கு ஒரு களைப்புமில்ல. இந்தத் தெரு ரொம்ப அமைதியான தெரு."

"அன்னிக்கு நாங்க சந்திச்சு ஒரு மாசமிருக்கும் இல்லையா?"

“இல்ல ஐயா... ரெண்டு கிழமை கூட இல்ல.”

“அதைவிடக் கூடுதலா இருக்கும்னு எனக்குத் தோணுச்சு. வாங்க உள்ளே போகலாம். இன்னிக்கு மனுஷி வீட்ல இல்ல. என்னை இங்கே உட்கார வச்சுட்டு டவுனுக்கு சீக்கிரமாப் போயிட்டு வந்துடறேன்னு சொல்லிட்டுப் போனா. மகள் என்னை உள்ளே கூட்டிட்டுப் போய், எனக்கும் சேர்த்து ஒரு தேத்தண்ணி ஊத்தித் தாங்க.”

“நான் ஐயாவுக்குன்னு சூப் தயாரிச்சு சுடுதண்ணி போத்தல்ல ஊத்தி எடுத்துட்டு வந்திருக்கேன்.”

“மகளே தயாரிச்சதுன்னா நல்ல சுவையாயிருக்கும்.”

“ஐயோ... எனக்கு அவ்வளவு சுவையா சமைக்கவெல்லாம் தெரியாது ஐயா.”

“என் மேல உள்ள பாசத்துலதானே மகள் இதைத் தயாரிச்சீங்க? அதுவே போதும் எனக்கு. நாங்க உள்ளே போய்க் குடிப்போம். ரெண்டு பேருமா.”

இளம்பெண், முதியவரது சக்கர நாற்காலியைத் தள்ளிக் கொண்டு வீட்டினுள்ளே போனாள். அந்த வீடு சற்றுப் பெரியதாக இருந்தது. உள்ளே நிறைய இடமிருந்தது. அவள் முதியவரின் முன்னால் அமர்ந்து கொண்டாள். போத்தலிலிருந்த சூப்பை கோப்பையில் ஊற்றிக் கொடுத்தாள்.

“மகள் பாதி குடிச்சுட்டுக் கொடுங்க.”

“ஐயோ... அது சரியில்ல.”

“நாந்தான் சொல்றேன்ல.”

அவள், அவர் கூறியதைச் செய்தாள்.

“ஐயா... ரொம்ப காலமா உடம்பு சரியில்லாம இருக்கீங்களா?”

“முன்பிருந்ததவிட இப்ப கொஞ்சம் நல்லாருக்கேன். முன்பு படுக்கையிலேதான் கிடந்தேன். அப்பலருந்து எல்லா சேவகமும் என்னோட பொஞ்சாதிதான் செஞ்சிட்டிருக்கா. இப்ப கதிரையில நேரா உட்கார முடியும். கையைப் புடிச்சுக்கிட்டு எழுந்திருச்சு கட்டிலுக்கு மாறவும் முடியும். எனக்கு மூளையிலதான் புற்றுநோயிருக்கு. ஆபரேஷன் பண்ணாங்க. ஊசி மருந்துகளும் முடிஞ்சது. இப்ப மாத்திரைகள்தான் குடிச்சிட்டிருக்கேன்.”

முதியவரை நெருங்கி அமர்ந்திருந்த இளம்பெண், கதிரையின் பின்னால் சாய்ந்து அமர்ந்தாள். ‘இனி வரத் தாமதிக்கக் கூடாது.’

முதியவரின் பூரித்த விழிகளை, கலங்கிய விழிகளால் இளம்பெண் பார்த்துக் கொண்டிருந்தாள். முதியவர் இடைவிடாமல் கதைத்துக் கொண்டேயிருந்தார். அவர் நெடுங்காலமாக, எவரிடமும் சொல்லாதவற்றையெல்லாம் சொல்லிக் கொண்டிருந்தார். எவரிடமும் சொல்ல முடியாதவற்றையும் கூட சொல்லிக் கொண்டிருந்தார். ‘சுகவீனமுற்றிருந்ததால், முதியவராகத் தோற்றம் தருகிற போதும் நிஜமாகவே இவருக்கு அவ்வளவு வயதிருக்காது.’

அவர் பழைய காதலிகளைப் பற்றியும், காதல்களைப் பற்றியும் கூடக் கதைத்தார். அண்மையில் மரணித்த இறுதிக் காதலியைப் பற்றியும் குறிப்பிட்டார்.

“ஆஸ்பத்திரிக்கு வந்து ரொம்ப அழுதாள், எனக்கு உடம்புக்கு ரொம்ப முடியாம இருக்கும்போது ரெண்டு, மூணு வாட்டி வீட்டுக்கும் வந்திருந்தாள். இப்பவும் இருந்திருந்து யாராவது பார்க்க வருவாங்க. வந்தாலும் ஞாயிற்றுக்கிழமைதான் வருவாங்க. வீட்டுல ரொம்பத் தனிமையாயிருக்கு. புத்தகங்களோ, பத்திரிகைகளோ வாசிக்கவும் முடியாம பார்வை மங்கிடுச்சு. டீவி பார்த்துட்டிருக்குறதும் கஷ்டமா இருக்கு. அதுல இப்ப பார்க்குறதுக்கும் ஒண்ணுமில்ல. என்னால, மனுஷிக்குக் கூட வெளியே எங்கேயும் போகக் கிடைக்குறதில்ல.”

"அவங்களுக்கு வெளியே எங்கேயாவது போகணும்னா சொல்லுங்க... ஐயாவப் பார்த்துக்க நான் வரேன். அவங்க போயிட்டு வந்துடலாம்."

"அப்படி நடந்தா நல்லதுதான். அவ எங்கேயும் போனாலும் இல்லேன்னாலும் எங்க கூட இருந்துட்டுப் போக, மகள் அடிக்கடி வாங்க. மகளோட வீட்டுல யாரெல்லாம் இருக்கீங்க?"

"நானும், அண்ணாவும் மட்டும்தான்."

"அப்போ அண்ணாக்கிட்ட சொல்லி வைங்க."

"அண்ணா ஒண்ணும் சொல்ல மாட்டார் ஐயா... அவருக்குப் புரியும்."

'நானும் என் புருஷனும்னு சொல்லாம ஏன் அண்ணான்னு சொன்னேன்?' என அவளுக்குத் தோன்றியது. 'அது என் புருஷன்தானே? அண்ணா பழைய வீட்டில்தானே இருக்கிறார்? புருஷனைப் புருஷன்னு சொல்லியிருந்தால் என்ன நடந்திருக்கும்? அண்ணான்னு சொன்னதனால் புருஷன் அண்ணனாகி விடுவாரா என்ன?'

○ ○ ○

"வெளியே காணலைன்னுதான் உள்ளே வந்தேன். ஐயா தனியாவா இருக்கீங்க?"

"மகன் வந்திருக்கான். பொஞ்சாதி ஊருக்குப் போயிட்டா. என்னைப் பார்த்துக்க மகன் இருக்கான் இல்லையா? மனுஷி திரும்ப வர மாட்டாளோன்னும் பயமாயிருக்கு. அவ இருக்கும் போதுன்னா எனக்கு தூக்கம் வரும்வரைக்கும் தலையைத் தடவி விட்டுட்டேயிருப்பா. மகன் அப்படியில்ல."

"ஐயா கட்டிலுக்கு வாங்க. நான் ஐயாவுக்கு நித்திரை வரும்வரைக்கும் தலையைத் தடவி விடுறேன். ஐயா எப்பவும் பின்னேரம் கொஞ்சம் தூங்கி எழுந்திருப்பீங்க இல்லையா?"

"மகள் வந்திருக்குறப்ப எனக்குத் தூக்கம் அவசியமில்ல. எனக்கு மகளைப் பார்த்துக்கிட்டே விழிச்சிட்டிருக்குறதுதான் இப்ப தேவையாயிருக்கு."

"மகனா இப்போ சமைக்கிறதெல்லாம்?"

"மகனுக்குச் சமைக்கத் தெரியாது. அதுவும் மனுஷி சமைக்கிறது போல வராது இல்லையா? மகன் கடையிலிருந்து சாப்பாடு வாங்கிட்டு வருவார்."

"நான் திரும்ப வர்றப்போ ஐயாவுக்கு சோறு சமைச்சு எடுத்துட்டு வரேன்."

"கொண்டு வர வேணாம். இங்கேயே சமைச்சிடுங்க மகள்."

"மகன் இன்னிக்கு சாப்பாடு வாங்கிட்டு வந்திருக்காரா?"

"இன்னுமில்ல. மகன் தூங்கிட்டிருக்கார்னு நினைக்கிறேன். நான் கூப்பிட்டா மட்டும்தான் அறையைவிட்டு வெளியே வருவார். அதுக்கும் பல தடவை கூப்பிட வேணும். மகள் இதை யாரிடமும் சொல்ல வேணாம்."

"முடிஞ்சப்ப எல்லாம் நான் வரேன். நான் சமைச்சு முடிக்குற வரைக்கும் படுத்துக்குங்க ஐயா. இல்லேன்னா என்னோடு சமையலறைக்கு வாங்க."

"எனக்கு ரொம்பத் தாமதமா ஒரு மகள் கிடைச்சிருக்கா. இதுக்கு முந்தி நாம சந்திச்சிருக்க வேணும்."

"தாமதமாவாவது நாம சந்திச்சிக்கிட்டோமே ஐயா."

"பொஞ்சாதியும் போயிட்ட பிறகு நீங்களும் இல்லேன்னா எனக்கு என்ன நடந்திருக்கும் மகள்? அந்தளவு அன்பான பொஞ்சாதியையும் விட நான் இந்த மகன் மேல பாசமா இருந்தேன். என்னோட மகன் வெளிநாட்டுலருந்து இப்ப வந்து, மோசமான வார்த்தைகளால அவளை ரொம்பத் திட்டிட்டான். என் பொஞ்சாதி என்னைத்தான் நேசிச்சாளே தவிர என்னோட சம்பளத்தையோ, இந்த வீட்டையோ அல்ல

மகள். நான் இந்த சொத்துக்களையெல்லாம் என்னோட மகன் பேருக்குத்தான் எழுதி வச்சிருக்கேன்னு தெரிஞ்சிருந்தும் என் பொஞ்சாதி என்கூடத்தான் இருந்தா. மனசு நொந்து இப்ப அவ போயிட்டா. பொஞ்சாதி கூட இருக்கும்போதும் நான் தனியாத்தான் இருக்கேன்னு தோணுச்சு. மகன் வந்தா எல்லாம் சரியாகிடும்னு நம்பிட்டிருந்தேன். ஆனா எனக்கு இப்பதான் புரியுது. இப்பதான் நான் தனிச்சிருக்கேன். மகளால மட்டும்தான் அந்தத் தனிமையைப் போக்க முடியும். நான் ரொம்ப காலத்துக்குப் பிறகு ஒரு கவிதை எழுதியிருக்கேன். அந்தக் கவிதை கூட மகளைப் பற்றித்தான். கட்டிலுக்குப் பக்கத்துல இருக்கும் அது. கையெழுத்து கோணலாகிட்டுது இப்போ. சில சொற்கள் சரியாக நினைவில்ல. அணையப் போகும் விளக்குக்கு நெய் ஊற்றுபவள். விளக்கின் சுடர் அணைய விடாதவள். இப்படி ஏதோ...”

தனக்கு அந்த முதியவரை ஏறெடுத்துப் பார்க்குமளவுக்கு துணிவில்லை என இளம்பெண்ணுக்குத் தோன்றியது. எனினும் அவள் மிகச் சிரமப்பட்டு அவர் மீதிருந்த பார்வையை அகற்றாதிருந்தாள். அவள் மெதுவாக முதியவரின் கைகளைப் பற்றிக் கொண்டாள்.

“ஐயாவோட வீட்டைப் போல இல்ல எங்க வீடு. இந்தளவு வசதிகள் எல்லாம் அங்க இல்ல. பகல் நேரத்துல வீட்டுல யாரும் இருக்கிறதுமில்லை. ஐயா மனசைத் தேத்திக்குங்க. மகன் ஐயாவை நேசிக்கிறார். மகன்கள் அப்படித்தான். பாசத்தை வெளிக் காட்டிக்கிறதில்ல.”

“நாங்க எங்கேயாவது வெளியே போகலாம் மகள்.”

“மகன்கிட்டயும் சொல்லிட்டுப் போகலாம் ஒருநாள்.”

“மகன்கிட்ட சொல்லிட்டுப் போகக் கிடைக்காது மகள். அக்கா கூட வெளியே எங்காவது போயிட்டு வரட்டுமான்னு நான் நேத்து மகன்கிட்ட கேட்டேன். அவனுக்கு இஷ்டமில்ல. வேணாம்னுட்டான். மகளை அறிமுகப்படுத்திக்கவும் அவனுக்கு விருப்பமில்ல. பொஞ்சாதியைப் போல

என்னை வாசலுக்குப் பக்கத்துல விடுறதுமில்ல. நிறைய சட்ட திட்டங்கள்.”

“மகன் வாசலுக்குப் பக்கத்துல கூட்டிட்டு வரலைன்னா, மனசைத் தேத்திக்கிட்டு ஐயா வீட்டுக்குள்ளேயே இருங்க. நான் வர்றேன்ல? சாயங்காலம் வேலை முடிஞ்சு போறப்ப இங்க வந்து என்னைக் கூட்டிட்டுப் போங்கன்னு என்னோட அண்ணாக்கிட்ட சொல்லி வைக்கிறேன்.”

“அப்படீன்னா இங்கிருந்து போன் பண்ணி அண்ணாவுக்கு இன்னிக்கும் வரச் சொல்லுங்க.”

அவள் சமைத்தாள். முதியவர் கூற வேண்டியதையெல்லாம் கூறி முடித்து, அவருக்குத் தூக்கக் கலக்கம் வரும் வரைக்கும் அவள் அவரது குரலைச் செவிமடுத்துக் கொண்டிருந்தாள். இளைஞன் வந்து முதியவரை படுக்கைக்குக் கூட்டிப் போனான். இளம்பெண் கட்டிலருகே சென்று முதியவரின் தலையைத் தடவிக் கொடுத்தாள். முதியவர் இரு விழிகளையும் மூடிக் கொண்டார்.

“மகள் இப்ப போங்க. இருட்டிடும். அண்ணாவுக்கு வரச் சொல்லியிருக்கீங்கதானே?”

“ஆமா.”

இளைஞன் அவ்வளவாக அவளைக் கண்டுகொள்ளவில்லை. அவளுடன் புன்னகைக்கவுமில்லை. ‘ஐயாவின் உடல் நிலை முன்பை விடவும் இப்போது பலவீனமாக இருக்கிறது’ என அவளுக்குத் தோன்றியது. இளம்பெண்ணின் சேலை முனை முதியவரின் தோளைத் தொட்ட கணத்தில் முருகக் கடவுளின் சரவணப் பொய்கையைத் தொட்ட இதத்தை, தான் உணர்வதாக முதியவருக்குத் தோன்றியது. முதியவர் முருகக் கடவுளை மிகவும் நேசித்தார்.

‘அழகிய கடவுள். தூக்கம் வராத நேரங்களில் முருகக் கடவுள் எனக்கு தனது கரங்களால் காற்று விசிறுவதாக நினைத்துக் கொள்வேன்.

மனுஷியும் போய் விட்டதால் என்னால் இனி மகளை நினைத்துக் கொள்ள முடியும்.'

○ ○ ○

அவள் நுழைவாயிலைத் தள்ளித் திறந்து முற்றத்தில் பிரவேசித்து வீட்டுக்குள் நுழைந்தாள். யாரும் தென்படவில்லை. பல தடவை அழைத்துப் பார்த்தாள். யாருமே வெளியே வரவில்லை. இளம்பெண் முதியவரின் படுக்கையறை நோக்கிச் சென்றாள். முதியவர் மிகச் சிரமத்தோடு சுவாசித்துக் கொண்டிருந்தார். அவர் கண்மூடியிருந்தார்.

"ஐயா"

முதியவர் விழிகளைத் திறக்கவில்லை.

"மகள்."

விழிகளைத் திறக்காமலேயே மெதுவாக முணுமுணுத்தார். அவள் கட்டிலருகே நிலத்தில் அமர்ந்துகொண்டாள்.

"சில நாட்கள் அப்பா இப்படித்தான்."

இளைஞன் எங்கிருந்தோ வெளிப்பட்டான்.

"ஏதாவது சாப்பிட்டாரா?"

"ஊட்ட முடியல. பயப்பட்டு பிரயோசனமில்லக்கா. டாக்டர்ஸ் நிர்ணயிச்சதை விடவும் அதிக காலம் அப்பா வாழ்ந்துட்டார். அக்கா கதிரையில உட்காருங்க."

இளைஞன் கட்டிலருகே இருந்த கதிரையொன்றில் அமர்ந்தவாறு முதியவரையே பார்த்துக் கொண்டிருந்தான். இளம்பெண் இருந்த இடத்திலிருந்து அசையாதிருந்தாள்.

"சித்தி?"

"திரும்ப வர மாட்டா."

"சொன்னா வருவார்ல?"

"வந்து என்ன செய்யப் போறா? நாந்தான் இருக்கேன்ல?"

"தம்பி... ராத்திரி தனியா?"

"இல்ல... நான் சமையல் வேலைக்கும் சேர்த்து ஒருத்தனை உதவிக்கு கூட்டி வந்திருக்கேன்."

"நான் நாளைக்கு காலைல வரேன்"

"அக்கா சிரமப்படத் தேவையில்ல."

○ ○ ○

இளைஞன் தேவையில்லை என்று கூறிய போதிலும், அவள் மறுநாள் விடிகாலையிலேயே வந்து விட்டிருந்தாள்.

"இப்போ ஐயாவுக்கு எப்படியிருக்கு தம்பி?"

"குறைஞ்சிருக்கு... இன்னும் தூங்கிட்டிருக்கார்."

இளம்பெண்ணுக்கு முதியவரின் வீட்டில் சொற்ப நேரம் கூட தரித்திருக்க அனுமதி கிடைக்கவில்லை.

"உள்ளே போய் கொஞ்சம் பார்த்துட்டு போகட்டுமா?"

இளைஞன் எதுவும் கூறவில்லை. இளம்பெண் முதியவரின் அறைக்குள் சென்று அவரையே பார்த்துக் கொண்டிருந்தாள். அணையப் போகும் விளக்குக்கு நெய் ஊற்றுபவள். விளக்கின் சுடர் அணைய விடாதவள். முதியவர் கண் திறக்கவில்லை.

"அக்கா கிளம்புங்க. ஸ்கூலுக்கு போகணும்ல? இன்னிக்கு திரும்ப வர வேணாம். நாளைக்கு வந்தாப் போதும். இப்ப குறைஞ்சிருக்குதானே."

○ ○ ○

மறுநாளும் அவள் அந்தத் தெருவில் நடந்தே வந்தாள். அந்த முதியவர் வழிபார்த்திருந்த, பாழடைந்த அதே தெரு. அந்த அமைதியான நிழல் தெருவில் நடந்து வந்தாள். சோர்ந்திருந்த கண்களால் புன்னகைக்கும் அந்த

தக்ஷிலா ஸ்வர்ணமாலி | 63

இளம்பெண், பூரித்த விழிகளைக் கொண்ட அம் முதியவரைத் தேடி வந்தாள். முதியவரின் அருகேயிருந்த நுழைவாயில், ஆங்காங்கே மரங்கள் வீற்றிருந்த வீட்டுத் தோட்டம், அவை அன்றும்கூட இளம்பெண்ணையே பார்த்திருந்தன. இளம்பெண் வரும்வரை காத்திருந்தன.

அந்த வீட்டின் நுழைவாயில் அருகிலும் அந்தப் பாழடைந்த தெருவிலும் அன்று மனித நடமாட்டம் அதிகமாக இருந்தது. நுழைவாயிலருகேயும், முற்றத்திலும், முன்னாலிருந்த தெருவின் இருமருங்கிலும், பலவிதமான வாகனங்கள் நிறுத்தப்பட்டிருந்தன. முற்றத்தில் பலதரப்பட்ட மனித உடல்கள் அங்கிங்கென அசைந்து கொண்டிருந்தன. நிறைந்த சனக் கூட்டம். இளம்பெண் வரும் வரைக்கும் காத்துக் கொண்டிருந்த நுழைவாயிலுக்கு மேலே, வெண்ணிறத் துணியொன்று, வீசிக் கொண்டிருந்த மெல்லிய தென்றலுக்கு அசைந்து கொண்டிருந்தது. பலவித பதாகைகளால் முதியவரின் வீட்டு முற்றம் நிறைந்திருந்தது.

'பேராசிரியர் சந்திரன் கருணாரத்தினம் அவர்களின் மறைவு குறித்து எமது ஆழ்ந்த அனுதாபங்கள்'

இளம்பெண் நுழைவாயிலருகே நின்று கொண்டாள். அந்த முதியவரைக் காணவில்லை.

நடுத்தர வயதைக் கடந்து கொண்டிருக்கும் பெண்மணி, சவ வீடு முழுவதும் அந்த இளம்பெண்ணைத் தேடிக்கொண்டிருந்தாள். அவள் வந்திருக்கக் கூடுமென, நடுத்தர வயதைக் கடந்து கொண்டிருக்கும் பெண்ணுக்குத் தோன்றியது. அந்த இளம் பெண்ணிடம் கூற அவளிடம் நிறைய இருக்கிறது.

பலதரப்பட்ட மனிதர்கள், பலதரப்பட்ட விடயங்களை அங்கே செய்து கொண்டிருந்தார்கள். சிலர் தேநீர் குவளைகள் கொண்ட தட்டுக்களை ஏந்தியவாறு நடந்தார்கள். சிலர் குளிர்பானங்கள் கொண்ட தட்டுக்களை ஏந்தியவாறு நடந்தார்கள். சிலர் பொலீதீனை வெட்டிக் கொண்டிருந்தார்கள். சிலர் அவர் செய்த சேவைகளைக் குறித்து உளறிக் கொண்டிருந்தார்கள். சிலர் உரையாடிக் கொண்டிருந்தார்கள். அந்த முற்றத்துக்கும், அந்த

வீட்டுக்கும், அந்த சுவர்களுக்கும், அவை அனைத்துக்கும் பல உரிமையாளர்கள் திடீரெனத் தோன்றியிருந்தார்கள். அந்த முதியவரை மட்டும் காணவில்லை. அந்த சக்கர நாற்காலியும் தென்படவில்லை. அந்த இளம்பெண் அறிந்திருந்த எந்த முகத்தையும் அங்கு காணக் கிடைக்கவில்லை. அவள் அணையப் போகும் விளக்குக்கு நெய் ஊற்றுபவள். விளக்கின் சுடரை அணைய விடாதவள்.

இளம்பெண் தெருவழியே முன்னே நடந்தாள். மெதுமெதுவாக நுழைவாயிலைக் கடந்து தெரு வழியே முன்னே நடந்தாள். அந்த முதியவர் நுழைவாயிலருகே இருக்கிறாரா என திரும்பிப் பார்த்தாள். அவர் இல்லை. அவளது இரு பாதங்களும் சோர்ந்து விட்டதைப் போல உணர்ந்தாள். எனினும், அவள் தரித்து நிற்கவில்லை. மீண்டும் திரும்பிப் பார்க்காமல் நடந்து கொண்டேயிருந்தாள்.

அதன் பிறகு அவள் ஒருபோதும் அந்தத் தெருவில் செல்லவேயில்லை. எனினும், அந்தப் பாதையில் திரும்பத் திரும்ப நடந்து அவரைத் தேட வேண்டுமென்று அவளுக்குத் தினந்தோறும் தோன்றிக் கொண்டேயிருந்தது. அவ்வாறு போகும்போது அந்த முதியவர் அந்தத் தெருவின் இடைநடுவே அந்த நுழைவாயிலினருகே அமர்ந்து பார்த்துக் கொண்டிருப்பாரானால்...? என அவளுக்குத் தோன்றியது. இருந்த போதிலும், அவள் மீண்டும் ஒருபோதும் அந்தத் தெருவில் செல்லவேயில்லை.

⊙

எப்போதும் மேரி நினைவில் வருகிறாள்

மேரி! நீரிழிவு வியாதியால் அழுகிப் போன விரல் நகங்களைக் கொண்டிருந்த மேரி. விரல்களை அதிகமாகத் தண்ணீரில் நனைக்கக் கூடாதென்று கிளினிக்கிலிருந்த மருத்துவர் கூறியிருந்தார். எனினும், சமையலறைக்கென்றே கரைந்து போயிருந்த மேரி எவ்வாறு தண்ணீரைத் தொடாது வேலைகளைச் செய்வாள்? அவள், விறைத்துப் போயிருந்த விரல்களால் ஊசியைப் பிடித்தவாறு தலையணை உறையில் பூ அலங்காரங்களைத் தத்தித் தத்தித் தைத்துக் கொண்டிருந்தது நினைவில் வருகிறது. பிற்காலத்தில், முன்பு போல ஊசியில் நூலைக் கோர்த்துக் கொள்ள முடியாமல் போனதும், மகள் கோர்த்துக் கொடுப்பாள். பூவைத் தைக்கும்போது ஊசி கீழே விழும். விரல்கள் நடுங்கும். அவளுக்குத் தேவையான இடத்தில் ஊசி அசைந்து கொடுக்காது.

மேரி! நாங்கள் திருமணம் முடித்த புதிதில், எமக்கென்று தலையணைப் பூக்களைத் தைத்ததுவும் அவள்தான். அந்தப் பூக்கள் நேர்த்தியாக, மிக அழகாக இருந்தன. ஆனால் காலம் செல்லச் செல்ல பரிசளிக்கவோ அல்லது உறங்குவதற்கோ அல்லாமல், விற்றுக் காசாக்கக் கூடிய தலையணை உறைகளையே அவள் தைத்தாள். போகப் போக, தலையணை உறைப் பூக்களை, முன்பு தைத்த பூக்கள் போல நேர்த்தியாகத் தைத்துக் கொள்ள மேரியால் முடியாமல் போனது. அதுவும் போகப் போக தலையணை உறைகள் விற்பனையாகாமல் எஞ்சியிருந்தன. தைக்கப்பட்ட பூக்கள் நேர்த்தியாகவும், அழகாகவும் இல்லாத காரணத்தால்தான் அப்படி ஆகின்றது என மகள், மேரியின் காதில் விழாது, எனக்கு மட்டும் கேட்கும் விதமாகக்

கூறினாள். விற்கப்படாத தலையணை உறைகளின் பூக்களைத் தடவிக் கொடுத்தவாறு, கண்களில் கண்ணீர் நிரம்பி வழிந்து கொண்டிருக்க, தரையைப் பார்த்துக் கொண்டு மகள் அவ்வாறு கூறினாள். கடைசி வரைக்கும் தொடக்க காலத்தில் தைத்த அதே பூக்களைத்தான் மேரி தைத்துக் கொண்டிருந்தாள். வித விதமான தலையணை உறை பூ அலங்காரங்கள் கொண்ட கடதாசிகளை மேரி எவ்வளவுதான் சேகரித்து வைத்திருந்த போதிலும், தொடக்க காலத்தில் தைத்த பூ அலங்காரமே அவளுக்கு எப்போதும் பிடித்திருந்தது. கடைசி வரைக்கும் அதைத்தான் தைத்துக் கொண்டிருந்தாள். நாங்கள் சந்தித்துக் கொண்ட காலத்தில் தைத்த பூ அலங்காரம் அது. பிற்காலத்தில் அந்தப் பூ அலங்காரத்தை கார்பன் தாள் இல்லாமலேயே வரைந்து விட மேரிக்கு இயலுமாக இருந்தது.

மேரியின் நீரிழிவு நோய் காரணமாக ஒருபோதும் குணமடையாமல் இருந்த புண் புரையோடிப் போயிருந்தது. வலது காலில் இருந்த புண் அது. இரவுகளில் அவள் முனகும் ஓசை எனக்கு தினந்தோறும் கேட்டது. ஏனோ நாங்கள் இருவரும் இரண்டு அறைகளில் உறங்கப் பழகியிருந்தோம். எழுபத்தோராம் ஆண்டு காதிலிருந்த காதணிகள் இரண்டையும் கழற்றி எனது கையில் திணித்துப் பொத்திய மேரி, 'என்கிட்ட தாறதுக்கு வேற எதுவுமேயில்ல. இந்தத் தோடு ரெண்டையும் தோழர்களுக்குக் கொடுங்க' என்று கூறியவள். நானும் அவற்றைக் கொண்டு போய்க் கொடுத்தேன். நான் சம்பளம் எடுத்ததும் அதைத் தோழர்களுக்கு செலவளிப்பதைக் கண்டு பெருமிதப்பட்டாளே ஒழிய கோபப்படவில்லை அவள். இடதுசாரிப் போராளிகள் சரணடைய வேண்டுமென அரசாங்கத்தால் கூறப்பட்டபோது தோழர்கள் சரணடைந்தார்கள். ஆனால் அவளது தம்பி சரணடையவில்லை. திடீரென ஒரு நாள் அவன் காணாமல் போனான்.

மேரி, நீ அழவில்லை. தம்பியைத் தேடிப் பார்க்குமாறு என்னிடம் கூறவுமில்லை. என்றாலும் நான் தேடிப் பார்த்தேன். இருந்தபோதிலும், என்னால் உன்னுடைய தம்பியைத் தேடித் தர முடியாமல் போனது. தேடினாலும் கிடைக்க மாட்டானென நீ அறிந்தேயிருந்தாய்.

தக்‌ஷிலா ஸ்வர்ணமாலி | 67

மேரியின் கால் வலி! இயலுமான காலத்தில் மேரி பகலிரவு பாராமல் தையல் இயந்திரத்தை மிதித்துக் கொண்டேயிருந்தாள். அந்தக் காலத்தில் நாங்கள் பாடுபட்டு, கடனுக்கு வாங்கிய தையல் இயந்திரம் அது. என்னுடன் வாழ வந்த காரணத்தால் மேரிக்கு அவளது வீட்டிலிருந்து எதுவுமே கிடைக்கவில்லை. தையல் இயந்திரத்தை நாமிருவரும் சேர்ந்தே வாங்கியிருந்தோம். மேரி கூலிக்கு ஆடைகளைத் தைத்துக் கொடுத்தாள்.

மேரியின் கால் வலி! நான் கட்டிலில் சாய்ந்திருக்கும்போது நள்ளிரவிலும் கூட மேரி தைத்துக் கொண்டிருப்பது எனக்குக் கேட்கும். மேரியால் இயந்திரத்தை மிதித்துத் தைக்க முடியாமல் போன காலத்திலும் கூட நான் அந்த ஓசையைக் கேட்பது போலவே உணர்ந்து நள்ளிரவுகளில் விழித்துக் கொள்வேன். என்னதான் மேரி ஆடைகளைத் தைத்தாலும் அவளிடம் நல்லதாக ஓர் ஆடை இருக்கவில்லை. மகளை மொண்டசூரிக்கு அழைத்துப் போய்க் கூட்டிவரக்கூட அவளிடம் ஒரேயொரு ஆடைதான் இருந்தது. அது நீள கவுண் ஒன்று. பழைய சேலையை வெட்டித் தைத்த கவுண். பிற்காலத்திலும் கூட மேரியிடம் இரண்டு, மூன்று ஆடைகளே இருந்தன. பயணங்களுக்குக் கூட அவள் கந்தல் ஆடைகளையே அணிந்து வந்தாள்.

மேரியின் கால் வலி, குணமடையாத புண், அழுகிப் போன நகங்கள், விறைத்துப் போன கால்கள், நடுங்கும் விரல்கள்... மீண்டும் மீண்டும் நினைவுக்கு வந்து என்னைத் துளைக்கின்றன. தம்பியைத் தேடிக் கண்டுபிடித்துக் கொடுக்க என்னால் முடியாமல் போனது. தம்பி தேடிய விடயங்களைத் தேடிக் கொடுக்கவும் என்னால் முடியாமல் போனது. என்.எம்.இன் வரவு செலவுத் திட்டம் வெளியிடப்பட்ட வேளையில் நக்கலாக, உதட்டோரத்தால் என்னைப் பார்த்துப் புன்னகைத்த மேரி, காதணிகளைக் கழற்றி எனது கையில் திணித்துப் பொத்திய மேரி, அதன் பிறகு வெகுகாலம் வரைக்கும் காதில் கருவேப்பிலை நெட்டியை அணிந்திருந்தாள். கழுத்து வெறுமையாகவே இருந்தது. வட்டியைச் செலுத்தத்தான் என்னால் முடிந்ததே தவிர தாலிச் சங்கிலியை மீட்டுக் கொடுக்க முடியவே இல்லை.

மேரியின் நீரிழிவு நோய் காரணமாக, கால்கள் விறைத்துப் போயிருந்ததால், செருப்பு அணிந்தாலும் அவை பாதங்களில்

நிற்காது கழன்று விழுந்தன. இருவருக்குமே அப்படித்தான். நாட்கள் செல்லச் செல்ல செருப்பில்லாமலேயே நடக்கவும், நடமாடவும் பழகியிருந்தோம். மேரியின் உள்ளங்காலில் இருந்த ஆணிக்குப் பொருத்தமான சப்பாத்துக்களை மருத்துவர் ஒருவர் மூவாயிரம் ரூபாய்க்கு விற்றார். அதை வாங்கிக் கொடுக்கவும் என்னால் முடியாமல் போய்விட்டது.

மேரியின் எச்.எஸ்.சீ வகுப்பு, ஆசிரியராக என்னுடைய முதல் நியமனம், மேரியுடைய குறிப்புப் புத்தகங்கள், எனது புவியியல் விஞ்ஞானம் மற்றும் அரசியலமைப்புச் சங்கத்தின் செயலாளர் பதவி, அத்தோடு சிரேஷ்ட இலக்கிய அமைப்பு வெளியிட்ட சஞ்சிகையின் பதிப்பாசிரியர் நான். அவளோ கூடைப்பந்துக் குழுவின் தலைவி. விளையாட்டு இல்லத் தலைவி. சிரேஷ்ட மாணவத் தலைவி. கல்வி மற்றும் கலாசார இயக்கத்தின் தலைவி.

மேரி. எமது எச்.எஸ்.சீ வகுப்பு. கிராமத்துப் பாடசாலை. மேரியின் கையெழுத்து, மேரி எழுதிய அழகான கையெழுத்து. மேரியின் குறிப்புப் புத்தகங்களின் நேர்த்தி. நான் ஓய்வு பெறும்வரை மேரியின் குறிப்புப் புத்தகங்களிலிருந்துதான் மாணவர்களுக்கு வரலாற்றுக் குறிப்புகளைக் கொடுத்து வந்தேன். மேரி வரைந்த வரைபடங்கள். இப்போதும் கூட என்னிடம் பத்திரமாக இருக்கின்றன, மேரியுடைய குறிப்புப் புத்தகங்கள்.

மேரி! என்னுடைய மேரிக்கு என்னவாயிற்று? அக் காலத்தில் மேரி மிகவும் நேர்த்தியாக இருந்தாள். ஆனால் போகப் போக மேரி ஒழுங்காகக் கூந்தலைக் கூட சீவுவதில்லை. மேரி, கடைசிக் காலத்தில் மகள் உன்னுடைய கூந்தலைச் சீவி விட்டாள். 'தேவையில்ல மகளே' என்று நீ தலையைத் திருப்பிக் கொண்டாய்.

மேரி சந்தைக்குச் செல்லும்போதும், கூட்டுறவுக் கடைக்குச் செல்லும்போதும் எடுத்துச் சென்ற பட்டியலிலிருந்த கையெழுத்து, மேரியுடைய கையெழுத்து. எச்.எஸ்.சீ வகுப்பில் எனக்கு முன்னால் அமர்ந்திருந்து எழுதியது போல நேர்த்தியாக, அழகாக எழுத பிறகு மேரியால் முடியாமல் போனது. மூக்குக்

கண்ணாடியை அணிந்தும் கூட கோடுகளுக்கு மேலே நேராக எழுத அவளால் முடியாமல் போனது. விரல்கள் நடுங்கின.

மேரி பொருட்களடங்கிய பையைச் சுமந்தவாறு காலை இழுத்திழுத்து நடந்து வந்தாள். வீங்கிப் போன கால்கள், மேரியுடைய கால்கள். மேரி தோட்டம் முழுதும் அலைந்து திரிந்து விறகுகளைத் தேடினாள். சாணி பொறுக்கினாள். விறகு மூட்டி அடுப்பெரித்தாள். அவளது பாதி நாள் அடுப்பினருகே கழிந்தது. செலவை மிச்சப்படுத்த எண்ணி, விரல்களால் முடியாத போதிலும்கூட மிளகாய்ச் செடியும், வற்றாளைக் கொடியும், காய்கறியும் நட்டாள்.

மேரி! எனக்குத் தெரிந்த காலத்திலிருந்து பௌத்த விகாரைக்குச் சென்றிராத மேரி, அயலில் வசித்த பெண்களின் பேச்சைக் கேட்டு, புண் குணமாகுவதற்காக பௌத்த பூஜைகளைச் செய்ய விகாரைக்குச் சென்றாள். ஒருபோதும் தேவாலயங்களுக்குச் சென்றிராத மேரியை போகப் போக பற்பல தேவாலயங்களுக்குக் கூட்டிச் செல்ல அயல் வீட்டுப் பெண்களுக்கு இலகுவாக இருந்தது. அமைதியாக வீட்டிலிருந்த எனது மேரியை, முன் வீட்டுப் பெண் மோசடி ஆராதனைக் கூட்டத்துக்கும் அழைத்துச் சென்றிருந்தாள். மேரி முடியாதெனக் கூறவில்லை. குணமாகாத புண்ணைக் குணப்படுத்திக் கொள்ள, எவரும், எங்கு கூப்பிட்டாலும் போகத் தொடங்கியிருந்தாள். அம்மா நடந்து நடந்தே புண்ணைத் தகர்த்துக் கொள்கிறாளெனக் கூறி மகள் அழுதாள்.

மேரியின், அரச மருத்துவமனையில் வெட்டியகற்ற வேண்டுமெனச் சொல்லப்பட்ட காலை, குணப்படுத்த வேண்டுமென்றால் உடலில் வேறொரு இடத்திலிருந்து தோலை வெட்டியெடுத்துப் பொருத்த வேண்டுமென தனியார் மருத்துவமனையின் வைத்தியர் கூறியதும், மகள், ‘அம்மாவிடமிருந்து வெட்டாமல் என்கிட்ட இருந்து வெட்டியெடுத்து பொருத்த முடியுமா டாக்டர்?’ என்று விசாரித்திருந்தாள்.

மேரியின் புண்ணை வைத்தியர் துப்புரவாக்கும் போதெல்லாம் மகளுக்கு மயக்கமாக வரும். ஆனால் மகள் மேரியை விட்டு ஓரிடம் கூட அசையவேயில்லை. கோழிக் கூண்டு போல,

அரச மருத்துவமனை வார்டுகள். அது, பதினாறாம் இலக்க வார்ட். தரையில் படுத்திருந்த நோயாளிகளைத் தாண்டிக் கடந்து இருபத்து நாலாம் இலக்கக் கட்டிலைத் தேடிய போது மேரி, நீ கட்டிலில் இருக்கவில்லை. 'இரத்தம் கொடுக்க வேண்டிய நோயாளியொருத்தருக்குக் கட்டிலைக் கேட்டாங்க' என்று சொன்ன நீ, கதிரையொன்றில் தலை சரிந்து விழுந்து கிடந்த விதம் நினைவிருக்கிறது. பிறிதொரு கட்டிலின் கொக்கியில் மாட்டப்பட்டிருந்த உனது சேலைன் போத்தலுக்குப் போடப்பட்டிருந்த குழாய் வழியே குருதி கசிந்திருந்தது.

மேரியின் அருகிலேயே தரையில் அமர்ந்திருந்த மகள், கண்களில் கண்ணீரைத் தேக்கி வைத்துக் கொண்டு, நான் வரும்வரை பார்த்துக் கொண்டிருந்தாள். முப்பத்தைந்து வயதான செல்ல மகள். ஒருபோதும் பெரிய பெண்ணொருத்தியென எனக்குத் தோன்றாத சின்ன மகள். 'வெளியே இந்த டெஸ்டை செய்து கொண்டு வரச் சொன்னாங்க' என்ற மகள் இரத்த மாதிரியையும், துண்டுச் சீட்டையும் தரையைப் பார்த்துக் கொண்டே என்னிடம் நீட்டினாள். 'இந்த மருந்தையெல்லாம் வெளியே ஃபார்மஸியிலதான் வாங்கணுமாம். ஹொஸ்பிட்டல்ல இல்லையாம். நாங்க நம்ம டீவியை அடகு வைப்போம் அப்பா' என்றாள். கட்டிலொன்று கிடைக்கக் கூடிய மருத்துவமனையை, அன்பாகக் கதைக்கக் கூடிய வைத்தியர்களை, தாதிகளை, சிற்றூழியர்களை, எனது மேரியை இதைவிடவும் நிம்மதியாகக் குணப்படுத்தக் கூடிய, அம்மாவையும் மகளையும் அழ வைக்காத மருத்துவமனையை மகளின் விழிகள் என்னிடம் யாசித்தன. அவற்றை யார் கொடுப்பது? எப்போது கொடுப்பது? எப்படிக் கொடுப்பது?

மேரி, நமது மகள் பல்கலைக்கழகத்துக்குப் போன காலத்தில் கூட, சிறு வயதில் படித்ததைப்போல சத்தமாகத்தான் வாசித்தாள். ஒரு நாள் அவள் வகுப்புவாதம் குறித்து, ஒவ்வொரு வகையான வகுப்புவாதச் சண்டைகளைக் குறித்து பரீட்சைக்காகப் படித்துக் கொண்டிருந்தாள். 'இத்தனை வகுப்புகள் இல்ல மகளே. உலகத்துல ரெண்டே ரெண்டு வகுப்புகள்தான் இருக்கு' என்றாள் மேரி. அவள், மகளின் குறிப்புப் புத்தகங்களைப் பார்த்து நக்கலாகச் சிரித்தாள். தேர்தல் காலத்தில் வாக்குக் கேட்டு தோழர் லொக்குஅத்துல எமது வீட்டுக்கு வந்த வேளையில்

நானும் கூட மேரியைப் பார்த்து அவ்வாறு சிரித்தது நினைவுக்கு வரும்போது மனது வலிக்கிறது. அதற்கு மேரியால்தான் என்ன செய்ய முடியும்?

மேரியின் கையில் கேன்யூலாவைப் பொருத்திய இடம் வீங்கத் தொடங்கியதும் நன்றாகப் பயந்துபோன மகள், அந்தப் பெண் மருத்துவரிடம் 'ஐயோ மிஸ்... அம்மாவோட கை வீங்கியிருக்கு' என்று சொன்னாளாம். அந்தப் பெண்மணி 'நான் மிஸ் இல்ல. என்னை மேடம்னு கூப்பிடு' என்று மாத்திரம் கூறினாரே தவிர, என்ன ஏதென்று பார்க்கக் கூட இல்லையாம். அதன் பிறகு மகள் ஒவ்வொரு தாதியின் பின்னாலும் ஓடிச் சென்று கெஞ்சிக் கெஞ்சியே ஊசியை மாற்றி விட்டிருந்தாள்.

மேரியின் ஹீமோகுளோபின் எண்ணிக்கை குறைந்து கொண்டிருக்கிறதாம். மூளைக்கு ஒட்சிசன் போகவில்லையாம். காலிலிருந்த புண் வழியே கிருமியொன்று உடலில் சென்றிருக்கிறதாம். உடம்பில் சீனி குறைவதுமில்லையாம். பல தடவைகள் நெஞ்சு வருத்தமும் வந்து போயிருக்கிறதாம். நோய் என்னவென்று கண்டுபிடிக்கவே முடியவில்லையாம்.

மேரி, தன்னுடைய காதணிகள் இரண்டையும் எனது கைகளில் திணித்துப் பொத்திய மேரி, அதற்குச் சில தினங்களுக்குப் பிறகு செத்துப் போய்விட்டாள். தம்பியையும், தம்பி தேடிய விடயங்களையும் தேடிக் கண்டுபிடிக்க முன்பே மேரி செத்துப் போயிருந்தாள். மகள் அழவில்லை. இறுதித் தருவாயில் வழங்கப்பட்ட, கட்டிலினருகே வைக்கப்பட்டிருந்த ஒட்சிசன் சிலிண்டரை, வெற்று பிளாஸ்மா பாக்கெற்றை, கடைசிச் சிறுநீர் நிரம்பிய பையை கோபத்தோடு பார்த்திருந்தாள். அனைத்தையும் மகள் கோபத்துடன் பார்த்துக் கொண்டிருந்தாள். மகள் அழவில்லை. எனது செல்ல மகள் அழவேயில்லை. 'அம்மா இறந்து போனதை அறிந்து கொண்டேன்' என மருத்துவமனைக் குறிப்பேட்டில் எழுதிக் கொடுத்த மகள், மேரியின் அருகிலேயே அமர்ந்திருந்தாள் நான் வரும்வரைக்கும்.

⊙

நந்தியாவட்டைப் பூக்கள்

*எ*மது பரம்பரை வீட்டில் பெரியம்மா தனியாகத்தான் வசித்து வந்தாள். இருந்த போதிலும், அவள் ஒருபோதும் தனிமையை உணர்ந்ததாகவே தெரியவில்லை. அம்மாவுக்கென்றால் அடிக்கடி கோபம் வரும். ஆனால், பெரியம்மாவுக்கு ஏதேனும் ஒரு தருணத்தில் கூட, கோபம் வந்ததாக எனக்கு நினைவில்லை. மலைப் பாறையருகே இருந்த துறவிகள் மடத்தில் தியானித்துக் கொண்டிருக்கும் பெண் துறவியை விடவும் பெரியம்மா எப்போதும் சாந்தமாகக் காணப்பட்டாள். அவள் எந்தவொரு விடயத்திற்காகவும் பதற்றப்பட்டதேயில்லை. சுதர்மா அத்தையின் தென்னோலைக் கூரைக்கு யாரோ தீக்குச்சியை எறிய, கூரை படபடவென பற்றியெரிந்த போதும் பெரியம்மா பதற்றப்படவில்லை. 'இந்தப் பெரிய வீடு பற்றியெரிஞ்சாலும் இப்படித்தான் இருப்பா' என்று அம்மா கத்தினாள். பெரியம்மா அதைக் காதில் வாங்கியதாகக் கூட காட்டிக் கொள்ளவில்லை.

பரம்பரை பரம்பரையாகப் பலரும் வாழ்ந்து மடிந்த எமது பெரிய பரம்பரை வீட்டின், சுவர்கள் அனைத்தும் தூய பால் வெள்ளை நிறத்தில் இருந்தன. அலங்காரங்கள் செதுக்கப்பட்டிருந்த தூண்களை சிறு வயதில் எனது இரண்டு கைகளால் கூட கட்டிப்பிடிக்க முடியாது. கூரையைச் சுற்றி வர திண்ணைத் தாழ்வாரத்தின் இறவானத்தில் பொருத்தப்பட்டிருந்த அலங்காரப் பலகைகள், பெரியம்மா பின்னும் நூல் சரிகையின் அலங்காரங்களைப் போலிருந்தன. அப் பரம்பரை வீட்டின் குளிர்ச்சியான சீமெந்துத் தரையில் ஒரு மணல் கூடக்

தக்ஷிலா ஸ்வர்ணமாலி | 73

காணப்படாது. பெரியம்மா எப்போதும் வீட்டைப் பெருக்கிக் கொண்டேயிருப்பது எனக்கு நினைவிருக்கிறது.

பரம்பரை வீட்டின் முற்றத்து மணல் எப்போதும் தென்னோலை அலங்கார வடிவில் பெருக்கப்பட்டிருக்கும். வேறு வேலைகள் எதுவுமற்றவள் போல பெரியம்மா மெதுமெதுவாக முற்றத்தை அலங்கார வடிவத்தில் பெருக்கிக் கொண்டேயிருப்பாள். பெரியம்மாவுக்கு அந்த வீட்டில் நிறைய வேலைகள் இருந்தன எனினும், அவள் அவற்றைப் பற்றி ஒருபோதும் அலட்டிக் கொள்ளவேயில்லை. ஏனைய பெண்களைப் போல வேலைகள் அதிகமெனக் கூறி ஒருபோதும் அவள் புறுபுறுத்துக் கொண்டிருக்கவில்லை. தோட்டத்தில் தேங்காய் பறித்த நாளில் கூட தேங்காய்கள் அனைத்தையும் ஒன்று திரட்டிக் குவித்து வைக்கும் பெரியம்மா, பட்டை பாளைகளையும் சேகரித்து வைப்பாள். பின்னர், சின்னஞ்சிறு பட்டை பாளைகளை ஒன்று சேர்த்துக் கட்டி, அக் குவியல்களை எனது கையில் தந்து கிராமத்திலிருந்த ஒவ்வொரு வீட்டுக்கும் விறகுக்காகக் கொடுத்தனுப்புவாள்.

தேங்காய்களை விற்றுக் கிடைக்கும் பணத்தை, பெரியம்மா எனது அம்மாவிற்கும், சித்திக்கும், மாமாவுக்கும் சமமாகப் பகிர்ந்து கொடுக்கிறாள் என்று எனது அப்பா கூறுவதை நான் கேட்டிருக்கிறேன். பெரியம்மா தேங்காய் விற்ற பணத்தைக் கொடுத்த மறுநாள், அப்பா, அம்மாவுக்குத் தெரியாமல் பெரியம்மாவுக்குத் துணி வாங்கிக் கொடுத்த போது, திரைச்சீலை மறைவில் நானும் இருந்ததை அப்பா காணவில்லை.

"தங்கச்சிக்கிட்ட இதைச் சொல்லாம இருந்தாப் பரவாயில்ல" என்று கூறியவாறுதான் அப்பா, பெரியம்மாவிடம் துணியைக் கொடுத்தார். பெரியம்மா மிகவும் அடக்கமாக, மெலிதாகப் புன்னகைக்க மாத்திரமே செய்தாள். அப்பா சொன்னாலும், சொல்லாவிட்டாலும் கூட பெரியம்மா இவற்றையெல்லாம் அம்மாவிடம் கூறிக் கொண்டிருக்கப் போவதில்லை. பெரியம்மா, தான் கொடுத்தவை குறித்தும், தனக்குக் கிடைத்தவை குறித்தும் எவரிடமும் கூறப் போவதேயில்லை. எது கிடைத்தாலும், கிடைக்காவிட்டாலும் அவளுக்கு அது ஒரு

பொருட்டேயல்ல. அவள் எவ்விதக் கணக்கு வழக்குமின்றி கையில் கிடைத்ததையெல்லாம் அனைவருக்கும் பகிர்ந்தளித்தாள் என்றே எனக்குத் தோன்றுகிறது.

எமது உறவினர்கள் பெரியம்மாவைப் பார்த்துப் போக எப்போதாவதுதான் வருவார்கள். எனினும் நான், தினமும் பள்ளிக்கூடம் விட்டு வீட்டுக்கு வந்ததுமே பெரியம்மாவின் வீட்டுக்குத்தான் போவேன். பள்ளிக்கூடத்தில் தந்த வீட்டு வேலைகளை பெரியம்மாவிடம் கேட்டுப் படிக்கச் செல்வதாகச் சொல்லிவிட்டு, புத்தகப் பொதியையும் எடுத்துக் கொண்டு எமது பரம்பரை வீட்டுக்குப் போகும்போது அம்மா அதற்குத் தடை விதிப்பதில்லை. நான் வீட்டில் இல்லையென்றால் இரண்டு மூன்று வேலைகள் தனக்குக் குறைவதாக அம்மாவுக்குத் தோன்றியிருக்கக் கூடும். நான் புத்தகங்களைச் சுமந்து கொண்டு பெரியம்மா வீட்டுக்குப் போனாலும் அங்கே நான் பள்ளிக்கூட வேலைகளைச் செய்ததே இல்லை. பள்ளிக்கூட வேலைகளை பள்ளிக்கூடத்திலேயே செய்தால் போதுமானது என்றாள் பெரியம்மா. அவற்றை மிகவும் எளிதாகவும், இலகுவாகவும், தெளிவாகவும் அவள் கற்பித்தாள். அதைத் தவிர்த்து எனக்கு வேறெந்த தொந்தரவையும் அவள் தந்ததில்லை.

மழை நாட்களில் பரம்பரை வீட்டின் நிலா முற்றத்தில் அமர்ந்திருக்கும் வேளையில் என்னை எழுந்து உள்ளே வரச் சொல்லி பெரியம்மா ஒருபோதும் திட்டியதேயில்லை. என்னை அப்படியே மழையில் நனைய விட்டுவிட்டு, தடிமன் பிடித்தால் இஞ்சியும், கொத்தமல்லியும் இட்டுக் கொதிக்க வைத்த தண்ணீரில் சீனி கலந்து பருக்கி விடுவாள். பூனைக் குட்டிகளை சுமந்து திரிய வேண்டாம் என்று பெரியம்மா என்னிடம் ஒருபோதும் கட்டளையிட்டதில்லை. அவள் பூனைக்குட்டிகளை மாத்திரமல்ல, பெரிய பூனைகளையும் தூக்கி அரவணைத்துக் கொண்டிருப்பாள். பூனைக்குட்டிகளிடத்தில் விநோதமான ஒரு வாசனை இருக்கிறதென நான் கூறியதை ஏற்றுக் கொண்டவள் பெரியம்மா மாத்திரம்தான்.

பெரியம்மா அப் பரம்பரை வீட்டின் திண்ணைப் படிக்கட்டில் அமர்ந்திருக்கும்போது அவளுக்குப் பின்னால் நின்று கொண்டு

அவளது நீண்ட கூந்தலை வாரி விடுவதை நான் மிகவும் விரும்பினேன். பெரியம்மாவின் கூந்தலிடையே வெண்ணிற நரை முடிகள் சில இருந்தன. அப்பா தாடி மழிக்கும்போது மீசையிலிருக்கும் வெண்ணிற முடிகளைத் தேடித் தேடி வெட்டுவதை நான் கண்டிருக்கிறேன். பெரியம்மா தனது நரை முடிகளைப் பற்றிக் கவலைப்பட்டதை நான் கண்டதேயில்லை. முற்றத்திலிருந்த நந்தியாவட்டை செடியிலிருந்த பூக்கள் அளவுக்கு பெரியம்மாவின் கூந்தல் ஆங்காங்கே நரைத்திருந்தது.

பரம்பரை வீட்டு முற்றத்திலிருந்த நந்தியாவட்டைச் செடியில் பூக்கள் நிறைந்திருந்தன. செடியின் கீழே கம்பளம் விரித்தது போல பூக்கள் எப்போதும் உதிர்ந்து கிடக்கும். பெரியம்மா ஒருபோதும் பூக்களைப் பெருக்கி அகற்றுவதில்லை. நந்தியாவட்டைச் செடியின் கீழே அமர்ந்திருந்து, பெரியம்மா தரும் பையில் பூக்களைச் சேகரித்துக் கொடுப்பதை நான் மிகவும் விரும்பினேன். நான் சேகரிக்கும் பூக்களைக் கொண்டு பெரியம்மாவும், நானும் கோர்க்கும் மாலையை எனது வீட்டுக்கு எடுத்துச் செல்லும்போதெல்லாம் அம்மா எங்களைப் "பைத்தியங்கள்" என்பாள். அப்பா அந்தப் பூமாலைக்காக கோபிக்காததும், அம்மா அந்தளவுக்குக் கோபப்பட்டதும் ஏனென்று எனக்கு விளங்கவேயில்லை.

ஒரு நாள் திடீரென அம்மா என்னையும் கூட்டிக் கொண்டு பெரியம்மாவைப் பார்க்கப் போனாள். அன்று எம்முடன் இன்னும் யாரெல்லாமோ அந்த வீட்டில் இருந்தார்கள். அதிலொருவர் கறுப்புக் கோட் அணிந்து, கையில் ஊன்றுகோலையும் வைத்திருந்தார். அவரது மீசையை எனக்குப் பிடிக்கவேயில்லை. நாங்கள் பரம்பரை வீட்டுக்குச் சென்ற பிறகு அதிகமாகக் கதைத்துக் கொண்டவர்கள் எனது அம்மாவும், அவரும்தான். பெரியம்மா எதுவுமே கதைக்கவில்லை. அவள் கதைப்பதற்குப் பதிலாக அனைத்தையும் கேட்டுக் கொண்டிருந்திருக்கக் கூடும். பெரியம்மா எப்போதுமே அதிகமாகக் கதைக்கக் கூடியவளில்லை. எனினும் அவள் தொலைவில் ஒலிக்கும் சிறு பட்சிகளின் ஓசைகளைக் கூடக் கேட்டுக் கொண்டிருப்பாளென எனக்குத் தோன்றியது.

பெரியம்மா அனைத்தையும் அமைதியாகக் கேட்டுக் கொண்டிருந்துவிட்டு "தங்கச்சிக்கிட்ட பிறகு முடிவைச் சொல்லி அனுப்புறேன்" என்று மாத்திரம் சொன்னாள். அதுவரையில் எந்தவொரு அயலவருடனோ, உறவினருடனோ, அந்த வீட்டுக்கு வந்துபோன தெரிந்தவர், தெரியாதவரிடமோ கோபப்பட்டிருக்காத பெரியம்மா அன்று அந்தக் கறுப்புக் கோட்காரரிடம் மாத்திரம் முகத்தைச் சுளித்துக் கொண்டிருந்தது ஏனென்பது எனக்கு விளங்கவில்லை. எனினும் அவள் அவருக்கும், அம்மாவுக்கும், எனக்கும் நன்றாகச் சீனி இட்டு, இஞ்சித் துண்டொன்றை இடித்துப் போட்ட சாயத் தேநீரைக் குடிக்கத் தந்தாள். பிறகு அவள் என்னை மாத்திரம் சமையலறைக்கு அழைத்துப் போய் எள்ளுருண்டையொன்றையும் தந்தாள். அது அவள் பலகாரங்களை இட்டிருந்த போத்தலின் அடியில் எஞ்சியிருந்த ஒரேயொரு எள்ளுருண்டை.

மறுநாள் மாலை நேரம் அப்பா தனியாக அந்தப் பரம்பரை வீட்டுக்குச் செல்வதை நான் கண்டேன். நானும் இயன்ற வரையில் வேகமாகப் போய் அப்பாவை நெருங்கினேன். அப்பா என்னைக் கண்டும் காணாதவர் போலச் சென்றார். ஒருவேளை அவர் வேறேதும் சிந்தனையில் ஆழ்ந்திருந்திருக்கக் கூடும். அப்பா திண்ணை வழியே படிகளிலேறிச் செல்லும்போது நான் கொல்லைப்புறமாகச் சென்று அப்பா வந்திருப்பதாக பெரியம்மாவிடம் எத்தி வைத்தேன். பெரியம்மா, தான் பிளந்து கொண்டிருந்த விறகுக் கட்டையை அவ்வாறே கிடக்க விட்டுவிட்டு, கோடாரியைக் கொண்டு போய் பின்னால் வைத்தாள். பிறகு மெதுவாக வீட்டுக்குள் போனாள். அப்பாவிடம் காணப்பட்ட பரபரப்பு, அவளிடம் காணப்படவில்லை. வழமையாக பரம்பரை வீட்டுக்கு வரும்போதெல்லாம் தாழ்வாரத்திலேயே அமர்ந்திருக்கும் அப்பா அன்று சமையலறைக்கே வந்து, பெரியம்மா காய்கறி நறுக்கும்போது அமர்ந்து கொள்ளும் பலகை வாங்கின் மீது அமர்ந்து கொண்டார். பெரியம்மா கூட தேங்காய் துருவப் பயன்படுத்தும் துருவுபலகையை எடுத்து அதில் அமர்ந்து கொள்வதைக் கண்டேன். அவ்வாறு இருவரும் அமர்ந்து கொண்டது ஏதோவொரு பெரியதொரு உரையாடலுக்காகத்தான்

தக்ஷிலா ஸ்வர்ணமாலி | 77

என்பது, நிறைய விடயங்கள் விளங்காத எனக்குக் கூட விளங்கியது.

அன்று மொத்த உலகமுமே இடிந்து போய்விட்டதுபோல அப்பா காணப்பட்டார். பெரியம்மாவின் முகத்தில் அந்தளவு பதற்றம் காணப்படாத போதிலும், அவளும் ஆழ்ந்த சிந்தனையில் மூழ்கியிருந்தாள். பெரியம்மாவின் கழுத்து வழியே ஊர்ந்து வடிந்த வியர்வைத் துளியை அப்பா தனது விரல்களால் துடைத்து விட்டார். ஒருபோதும் அழுதிராத பெரியம்மாவின் கண்களில் அன்று கண்ணீர் நிரம்பியிருந்தது. அது ஏனென பெரியம்மாவும், அப்பாவும் மாத்திரமே அறிவார்கள்.

"எனக்குப் பிடிச்சிருக்குன்னு தகவல் அனுப்பச் சொல்லி தங்கச்சிக்கிட்ட சொல்லுங்க" என்று கூறிய பெரியம்மா நீண்ட பெருமூச்சு விட்டாள்.

அப்பா எழுந்து சமையலறை வாசலால் வெளியே வந்து என்னைத் தூக்கிக் கொண்டு போகத் திரும்பினார்.

"குழந்தை இருக்கட்டும். தினமும் தவறாம அவளை அனுப்பி வைங்க" என்ற பெரியம்மா, அப்பாவின் கைகளிலிருந்து என்னை வாங்கிக் கொண்டாள்.

அப்பா எனதும், பெரியம்மாவினதும் தலையைத் தடவி விட்டுப் போய் விட்டார். பெரியம்மா ஒருபோதும் செய்திராத அளவுக்கு என்னை இறுக்கமாக அணைத்துக் கொண்டாள். தனது கைகளிலிருந்து நழுவப் பார்ப்பதைப் பாதுகாக்கும் பொருட்டு இறுக்கமாகப் பற்றிப் பிடித்துக் கொள்வதைப் போல பெரியம்மா என்னை அரவணைத்துக் கொண்டிருந்தாள்.

சில தினங்களுக்குப் பிறகு எமது உறவினர்கள் ஒன்றிணைந்து அப் பரம்பரை வீட்டுக்குச் சுண்ணாம்பு பூசவும், வீட்டைத் துப்புரவாக்கவும் தொடங்கியிருந்தார்கள். எனினும் அவ் வீட்டில் புதிதாகத் துப்புரவாக்க எதுவும் இருக்கவில்லை. பெரியம்மா அந்தளவு தூய்மையாக அந்த வீட்டையும், முற்றத்தையும், தோட்டத்தையும் வைத்திருந்தாள். தென்னை மரத்தின் வேரைச்

சுற்றி வர தேங்காய் மட்டைகளை அடுக்கி வைத்தும், சில தேங்காய் மட்டைகளைக் காய வைத்து விறகுக் கொட்டிலில் அடுக்கி வைத்தும், என்னால் சுமக்க முடியாதளவுக்குப் பாரமான மண்வெட்டியைச் சுமந்து புற்புதர்களைப் பிடுங்கிக் கொண்டும் பெரியம்மா அனைத்தையும் தனியாகவே செய்து வந்தாள். அப் பரம்பரை வீட்டில் ஒட்டடையோ, தூசோ இருக்கவில்லை. தூய வெண்ணிறச் சுவர்களில் ஒரு துளி கூட அழுக்கிருக்கவில்லை. சித்திரைப் புத்தாண்டு கூட அண்மையில் இல்லை எனும்போது திடீரென உறவினர்கள் ஒன்று சேர்ந்து இவ்வளவு அவசரமாக எதற்கு இவற்றையெல்லாம் செய்து கொண்டிருக்கிறார்கள் என எனக்கு விளங்கவில்லை.

பெரியம்மா மாத்திரம் எவ்வித உற்சாகமோ, சுறுசுறுப்போ, களையோ, பரபரப்போ இன்றி மிகவும் கவலையுடன் காணப்பட்டாள். ஏனைய நாட்களில் மிகவும் பிரகாசமாக மின்னும் அவளுடைய கருணையும், பாசமும் மிளிரக் கூடிய கண்கள் அன்று வெறுமையாகக் காணப்பட்டன. அவள் பார்த்த இடத்தையே வெறித்துப் பார்த்துக் கொண்டிருந்தாளே தவிர, வேலை செய்து கொண்டிருந்த உறவினர்களுக்கு கொஞ்சம் சாயத் தேநீரை ஊற்றிக் கொடுக்கக் கூட முன்வரவேயில்லை. அம்மாவும், சித்தியும்தான் அந்த வேலைகளைச் செய்தார்கள். பெரியம்மாவைப் போலவே அன்றைய தினத்தை சோகத்தோடு முகம் கொடுத்த மற்றுமொருவரும் இருந்தார். அவர், எனது அப்பா.

அங்கிங்கென ஓடியாடி வேலைகள் செய்து களைத்த உறவினர்கள், சில தினங்களுக்குப் பிறகு பல வர்ணங்களிலான பகட்டான புதிய ஆடைகளை அணிந்து கொண்டு அப் பரம்பரை வீட்டில் ஒன்று திரண்டார்கள். வண்ண வண்ணப் பந்துகள் வரையப்பட்டிருந்த துணியிலான ஆடையொன்றை அம்மா எனக்கும் அணிவித்து விட்டிருந்தாள். அந்த கவுணை அதற்கு முன்னர் ஒரேயொரு தடவைதான் அணிந்திருந்தேன். அது பிஸோ அத்தையின் திருமண வைபவத்தின் போது. அதே கவுணை அம்மா திரும்பவும் எனக்கு அணிவித்த போது, எமது பரம்பரை வீட்டிலும் ஒரு திருமண வைபவம் நடக்கப் போவதாக நான்

நினைத்தேன். எப்போதும் வீட்டில் சாதாரணமாக உடுத்திருக்கும் ஆடையோடு அந்தப் பரம்பரை வீட்டுக்குப் போகப் பழகியிருந்த நான், அன்று காலுறை, சப்பாத்துகள், சுருக்கிட்டுத் தைக்கப்பட்ட வண்ண வண்ணப் பந்துகள் அலங்காரம் கொண்ட கவுண் ஆகியவற்றை அணிந்து, வண்ண வண்ண ரிப்பன்களால் அலங்கரிக்கப்பட்ட கொண்டைப் பின்னும் சூடிக் கொண்டுதான் பரம்பரை வீட்டுக்குச் சென்றிருந்தேன்.

அன்றைக்கு பரம்பரை வீட்டுக்குப் போகும்போது வழி நெடுகவும் அப்பா, அம்மாவைத் திட்டிக் கொண்டே நடந்தார்.

"உனக்கு இதைத்தானே செய்ய வேண்டி இருந்துச்சு. நான் பெரியக்காவை நெருங்குறதை நிறுத்த நினைச்சுக்கிட்டுத்தான் நீ இந்தக் கூத்தையெல்லாம் பண்ணிட்டு இருக்கேங்குறது எனக்குத் தெரியாதுன்னு நினைக்காதே."

அம்மாவின் முகத்தில் நக்கல் சிரிப்பொன்று மாத்திரம் இருந்தது. ஏதோ ஆட்சி அதிகாரத்தைப் பிடித்தவள் போல அம்மா கம்பீரமாக அடி வைத்து நடந்தாள்.

அப்பா, பெரியம்மாவை நெருங்குவதை இந்த அம்மா நிறுத்தப் பாடுபடுவது ஏன்? அவ்வாறெனில் நான் கூடத்தான் பெரியம்மாவோடு நெருக்கமாக இருக்கிறேன், இல்லையா? என்றாலும், ஒவ்வொரு நாளும் அந்தி வேளைகளில் அம்மா என்னை அவளின் பரம்பரை வீட்டுக்கு விருப்பத்தோடுதான் அனுப்பி வைத்தாள். ஒருவேளை எனக்கு எதற்காக பெரியம்மாவைப் பிடிக்கின்றதோ அதற்காகவே அப்பாவிற்கும் அவளைப் பிடித்திருக்கக்கூடும்.

பெரியம்மா எப்போதும் மென்மையாகத்தான் அடியெடுத்து வைத்து நடப்பாள். கதைப்பது கூட மிருதுவாகத்தான். நந்தியாவட்டைச் செடியையும், நிலா முற்றத்தையும், பூனைக் குட்டிகளையும் என்னைப் போலவே அவளும் விரும்பினாள். என்னை மடியில் அமர்த்தி வைத்து ராஜா, ராணி பழங்கதைகளைக் கூறுவாள். அவள் ஒருபோதும் என்னிடம் கடுமையாக நடந்து கொண்டதில்லை. ஏதாவது குறும்புத்தனம் செய்து

விட்டு அம்மாவிடமிருந்து தப்பி ஓடி வரும்போது என்னைக் காப்பாற்றும் தந்திரம் அவளுக்கு மட்டுமே தெரியும்.

எப்போதாவது எமது பரம்பரை வீட்டுக்கு அடியெடுத்து வைக்கும் உறவினர்கள் அன்றைக்கு அந்த வீட்டில் நிறைந்திருந்தார்கள். தினந்தோறும் பரம்பரை வீட்டுக்குப் போய் வந்த நான், அன்று யார் கண்ணுக்கும் தென்படவில்லை. அந்தக் கூட்டத்தினிடையே நான் பெரியம்மாவைத் தேடினேன். கடைசியில் ஒருவாறு அவளைக் கண்டுகொண்டேன். ஏனைய நாட்களில் கற்பூர வாசனையடிக்கும் சட்டங்களிடப்பட்ட பருத்தித் துணியும், மெல்லிய நிறத்திலான நீண்ட கைகளையுடைய சட்டையும் அணிந்து, தலைமுடியைச் சீராக வாரி, கூந்தலை ஒரு பந்து போலச் சுருட்டிக் கொண்டை கட்டி, செருப்போ, முத்து மாலையோ அணியாமல் வெறுமையாக இருக்கும் பெரியம்மாவை அன்று என்னால் அடையாளம் காணவே முடியவில்லை. அவளது கூந்தலில் ஏதேதோ பூக்கள் சொருகப்பட்டிருந்தன. அவளது உடலில் அலங்காரமான சேலையொன்று சுற்றப்பட்டு, பலவித ஆபரணங்களும் அணிவிக்கப்பட்டிருந்தன. வழமையாக பவுடர் கூடத் தடவாத பெரியம்மாவின் முகத்தில் அன்று ஒரு அடுக்கு பவுடர் தடவப்பட்டிருந்தது. ஏனைய நாட்களில் காணப்படும் நரை முடிகள் கூட அன்றிருக்கவில்லை.

பெரியம்மா மிகவும் அசௌகரியத்தோடு இருக்கிறாள் என்பதை நான் உணர்ந்தேன். வந்திருந்த அனைவரும் அன்று பெரியம்மா மிகவும் அழகாக இருந்ததாகச் சொன்னார்கள். எனக்கென்றால் பெரியம்மா ஏனைய நாட்களில்தான் அழகாக இருப்பாள் எனத் தோன்றியது. அப்பாவுக்கும் கூட அப்படித்தான் தோன்றியிருக்கும்.

அதிர்ந்து போய் பெரியம்மாவையே பார்த்துக் கொண்டிருந்த நான், அவளுக்கு அருகில் அமர்ந்திருந்த அந்நிய நபரை பிறகுதான் கண்டேன். அந்த வீட்டிலிருந்த அறிமுகமற்ற பிற மனிதர்கள் இவருடன் வந்தவர்களாக இருக்கக் கூடும். இவரையும் எனக்கு யாரென்று தெரியவில்லை. அந்த நபர், மெலிந்து உயரமாக வெளிறிப் போய் ஒரு சோம்பேறி போல காணப்பட்டார். அருகில் சென்று அந்த ஒல்லிப்பிச்சானைத் தொட்டுப்

தக்ஷிலா ஸ்வர்ணமாலி | 81

பார்க்க வேண்டும் போல எனக்குத் தோன்றியது. எனினும், அவரை விட்டு, பெரியம்மாவின் அருகில் செல்லுமளவிற்குக் கூட எனக்கு அன்று தைரியம் இருக்கவில்லை. அந்தப் பரம்பரை வீட்டில் பெரியம்மாவின் மடியிலேயே எப்போதும் அமர்ந்திருந்த எனக்கு, அதே வீட்டிலேயே பெரியம்மா எந்தளவு தொலைவாகப் போய்விட்டாள் என்று தோன்றியது.

திருமணப் பதிவாளர் என்று கூறப்பட்ட நபரைச் சுற்றி அனைவரும் அமர்ந்திருந்து ஏதேதோ செய்து முடித்துவிட்டு, கூடியிருந்தவர்கள் உண்டு, குடித்து முடித்த பிறகுதான் அன்றைய அந்தப் பரபரப்பு முடிவுக்கு வந்தது. பெரும் யுத்தமொன்று முடிவுற்றதைப் போல, இறுதியில் அனைவரும் கலைந்து சென்றார்கள்.

பெரியம்மாவும், நானும், அப்பாவும், அப் புதிய மாமாவும் மாத்திரம் அந்த வீட்டில் எஞ்சியிருந்தோம். புதிய மாமாவும், அப்பாவும் உரையாடிக் கொண்டிருக்கும்போதே பெரியம்மா என்னையும் கூட்டிக் கொண்டு அறைக்குப் போய், அனைத்து அலங்காரங்களையும் களைந்து உடுத்தாடையொன்றை அணிந்து கொண்டாள். என்னுடன் தோட்டத்தின் கீழேயிருந்த வயல் கிணற்றுக்குப் போய் வேண்டிய மட்டும் நீரை அள்ளி அள்ளிக் குளித்தாள். பிறகு என்னையும் குளிப்பாட்டி, துண்டொன்றை அணிவித்து விட்டவள், தான் கழுவிய துணி மூட்டையையும், என்னையும் தூக்கிக் கொண்டு வீட்டுக்கு வந்து சேர்ந்தாள். ஒரு வார்த்தை கூடக் கதைக்காமல்தான் அவள் இவையனைத்தையும் செய்தாள். மீண்டும் ஒருபோதும் அவள் என்னுடன் கதைக்க மாட்டாளோ என்று அச்சுறுத்தக் கூடிய அளவுக்கு அவள் அமைதியாகக் காணப்பட்டாள். அன்று அவள் ஆழ்ந்த சிந்தனையில் மூழ்கி இருந்திருக்கக் கூடும்.

"ஆஹ்! நீ குளிச்சிட்டியா? நான் உன்னோட சேர்ந்து குளிக்கப் போக நினைச்சுட்டிருந்தேன்" என்று பெரியம்மாவிடம் கூறினார் அந்தப் புதிய மாமா. பெரியம்மா அதைச் செவிமடுக்காததைப் போல பாவனை செய்தாள்.

"அண்ணாவுக்கு நான் வீட்டுக் கிணத்திலிருந்து தண்ணியிழுத்துத் தாறேன். உடம்பைக் கழுவிக்குங்க." என்றார் அப்பா.

"வேணாம் தம்பி. நீங்க இருங்க. நான் தண்ணியள்ளிக் குளிச்சுக்குறேன்" என்று அப்பாவிடம் கூறிய புதிய மாமா தாழ்வாரத்திலிருந்து நீங்கிச் சென்றார். பெரியம்மா தாழ்வாரத் திண்ணைக்கு வந்து வழமை போலவே படிக்கட்டின் மீது அமர்ந்து கொண்டாள். வழமையாகப் பெரியம்மாவின் அருகிலேயே அமர்ந்து கொள்ளும் அப்பா, அன்று அருகில் அமராது சாய்வு நாற்காலியில் அமர்ந்து சாய்ந்து கொண்டார்.

"தங்கச்சிக்காகத்தான் நான் இதுக்கு சம்மதிச்சேன். நீங்க ரெண்டு பேரும் என்னால பிரிஞ்சீங்கன்னா இந்தக் குழந்தையோட எதிர்காலம் என்னாகும்? எனக்குன்னா முன்னாடி இருந்தது போலவே தனியா இருக்குறதுதான் பிடிச்சிருக்கு."

"எனக்குப் புரியுது. தனியா இருக்கீங்கன்னு நாங்க உங்களுக்கு எந்தக் குறையும் வைக்கப் போறதில்ல. உங்களுக்கு ஏலாமப் போற காலத்துல இந்தக் குழந்தை உங்களைப் பார்த்துக்குவா. நான் எப்படியும் உங்களைத் தனியா விடப் போறதில்லன்னுதான் நினைச்சிட்டிருந்தேன்."

அப்பாவும், பெரியம்மாவும் எங்கேயோ வெறித்துப் பார்த்தவாறு, பெருமூச்சுடன் கதைத்துக் கொண்டிருந்தார்கள். புதிய மாமா குளித்து விட்டு வந்ததும், அப்பா என்னையும் தூக்கிக் கொண்டு, புறப்படுவதற்காக வெளியே வந்தார்.

"ஐயோ... குழந்தையை விட்டுட்டுப் போங்க."

"குழந்தையை இன்னிக்கு விட்டுட்டுப் போறதெப்படி? நீங்க மனசைத் தேத்திக்குங்க."

அப்பா என்னைத் தூக்கிக் கொண்டு பரம்பரை வீட்டிலிருந்தும் தொலைவாகச் சென்றார். நான் அப்பாவின் தோள் வழியே பெரியம்மாவையே பார்த்துக் கொண்டிருந்தேன். பெரியம்மா கொஞ்சம் கொஞ்சமாக சிறிதாகிக் கொண்டே போனாள். நான் பெரியம்மா தென்படாத தொலைவுக்குச் செல்லும் வரைக்கும்

தக்ஷிலா ஸ்வர்ணமாலி | 83

கூட பெரியம்மா, அந்த இடத்திலேயே நின்று கொண்டு எம்மைப் பார்த்துக் கொண்டிருந்தாள்.

அதன் பிறகு இரண்டு மூன்று தினங்கள் கழியும் வரைக்கும் நான் பரம்பரை வீட்டுக்குப் போவதற்கு அம்மா அனுமதிக்கவில்லை. பெரியம்மாவுக்கும், புதிய மாமாவுக்கும் தொந்தரவளிக்கக் கூடாதென அவள் சொன்னாள். அப்பா, என்னையும் கூட்டிக் கொண்டு அங்கு செல்ல மிகவும் விரும்பினார் என்பதை நான் உணர்ந்தேன். அம்மாவுக்குத் தெரியாமல் திருட்டுத்தனமாகவாவது பரம்பரை வீட்டுக்குப் போக நான் நினைத்திருந்த வேளையில் புதுமையான சம்பவமொன்று நிகழ்ந்தது.

பெரியம்மா அவசர அவசரமாக எமது வீட்டுக்கு வந்தாள். அவள் தனியாகத்தான் வந்திருந்தாள். அவள் வந்ததை புதிய மாமா கூட அறிந்திருக்க மாட்டார். பெரியம்மா வேலியைக் கடந்து வரும்போதே, நான் அவளருகே ஓடிச் சென்றேன். பெரியம்மா என்னைத் தூக்கிக் கொண்டு வீட்டுக்குள் நுழைந்தாள்.

“பொண்ணு, மாப்பிள ரெண்டு பேரும் சேர்ந்துதானே வந்திருக்கணும்” என்றாள் அம்மா. யார் என்ன சொன்னாலும், செய்தாலும் தவறாக நினைக்காத பெரியம்மா, அம்மா சொன்னதைக் கேட்டு கோபப்படவில்லை.

“நான் குழந்தையைக் கூட்டிட்டுப் போக வந்தேன்” என்ற பெரியம்மா என்னையும் தூக்கிக் கொண்டு உடனடியாக புறப்படத் தயாரானாள்.

அப்பா ஒரு வார்த்தை கூடக் கதைக்கவில்லை. அம்மாவும் எதற்கும் சலனப்பட்டதாகக் காட்டிக் கொள்ளவில்லை. பெரியம்மா என்னைத் தூக்கிக் கொண்டு போய் பரம்பரை வீட்டின் படிக்கட்டில் அமர்ந்து என்னை மடியிலமர்த்திக் கொண்டாள். பின்னர், எனது தலையில் பேன் பார்க்கத் துவங்கினாள்.

“மாமா எங்க?”

“எந்த மாமா, மகளே?”

"புதிய மாமா."

"அவர் மாமா இல்ல மகளே. உன்னோட பெரியப்பா."

அவர் எவராக இருந்தாலும் பரவாயில்லை. கல்யாண வீடு போலக் களை கட்டியிருந்த பெரியம்மாவின் முகம் சாவு வீடு போல ஆனது மாமாவோ பெரியப்பாவோ, அந்த ஆள் வந்த நாள் தொடக்கம்தான்.

"பெரியப்பா தோட்டத்துல தென்னை மரங்களச் சுற்றி கொத்திக் கொண்டிருக்குறார்" என பெரியம்மா பேன் பார்த்துக் கொண்டே கூறினாள்.

நான் தலையைத் திருப்பி பரம்பரை வீட்டின் உள்ளே பார்த்தேன். அந்த ஓரிரு நாட்களுக்குள் சுவரில் ஒட்டடை கட்டியிருந்தது. தரையில் மணல் மிதிபட்டது. அந்த வைபவத்துக்கு முன்னர் நேர்த்தியாக வைக்கப்பட்டிருந்த பொருட்கள் அனைத்தும் அன்று ஆங்காங்கே விசிறப்பட்டுக் கிடந்தது. பெரியம்மா முற்றத்தைப் பெருக்கியிருந்தது கூட தென்னோலை அலங்கார வடிவமாக இருக்கவில்லை. வேண்டாவெறுப்பாக முற்றத்தை ஒவ்வொரு திசையிலும் பெருக்கியிருந்தாள். குப்பை கூளங்கள் முற்றத்தின் மத்தியிலேயே குவிக்கப்பட்டு அகற்றப்படாதிருந்தன. நான் நந்தியாவட்டைச் செடியைப் பார்த்தேன். ஏனைய நாட்களைப் போலவே நந்தியாவட்டைச் செடி பூக்கள் நிறைந்து காணப்பட்டது. எனினும், ஏனைய நாட்களில் மரத்தின் கீழிருக்கின்ற நந்தியாவட்டைப் பூக் கம்பளத்தை அன்று காணவில்லை.

"பூ மரத்துக்குக் கீழ வழமையா விழுந்து கிடக்கும் பூக்களெல்லாம் எங்க பெரியம்மா?"

"நான் அதையெல்லாம் கூட்டிப் பெருக்கிட்டேன் மகளே."

உண்மைதான். நந்தியாவட்டைப் பூக்கள் எல்லாம் முற்றத்தின் மத்தியிலிருந்த குப்பைக் குவியலில் கிடந்தன.

தான் தனியாக இருந்தபோது தோன்றியிராத தனிமையை, திருமணம் முடித்த பிறகு பெரியம்மா உணர்ந்திருக்கக் கூடும். அதனால்தான், புதிய மாமாவும், அம்மாவும் பலவிதமாகப் பழி சொன்ன போதிலும் பெரியம்மா அடிக்கடி எங்கள் வீட்டுக்கு வந்து என்னைத் தூக்கிக் கொண்டு பரம்பரை வீட்டுக்குப் போயிருக்க வேண்டும். போகப் போக அநேக தினங்களில் இரவு விடியும் வரைக்கும் கூட என்னை அந்தப் பரம்பரை வீட்டிலேயே வைத்திருக்க பெரியம்மா பழகியிருந்தாள். அந்த பரம்பரை வீடும், பெரியம்மாவின் மனதும் பாழடைந்த மயானம் போலத்தான் என எனக்குத் தோன்றியது.

தொடக்க நாட்களில் அப்பா நெருங்கி வரும்போதெல்லாம் விளங்காதது போலவும், உணராதது போலவுமிருந்த பெரியம்மா, நாளாக நாளாக, அப்பா தனியாக இறப்பர் மரங்களில் பால் வெட்டப் போகும்போதெல்லாம், நந்தியாவட்டைப் பூ மொட்டைப் போன்ற புத்துணர்வோடு அப்பாவுக்கென என்னுடன் தேநீர் எடுத்துச் செல்லத் தொடங்கியிருந்தாள். என்னை அணைத்துக் கொண்டிருந்ததற்கு மேலதிகமாக, பெரியம்மா மிகவும் விருப்பத்தோடு செய்த ஒரேயொரு காரியம் அதுதான்.

எவ்வாறாயினும், பெரியம்மா முன்பு போலவே பௌர்ணமி நிலா வெளிச்சம் பரவியிருக்கும் ஆலயமொன்றைப் போல இருப்பதைக் காணவே நான் விரும்பினேன். ஆனால் ஒருபோதும் பெரியம்மா மீண்டும் அவ்வாறு இருக்கவேயில்லை.

⊙

பொட்டு

கூரைத் தகரங்களிடையேயிருந்து தண்ணீர் வழிந்து கொண்டிருந்தது. பலகைச் சுவர் முழுவதுமாக ஈரலித்துப் போயிருந்தது. சுவரின் கீழேயிருந்தும் மழைத் தண்ணீர் அறைக்குள்ளே வந்தது. கட்டிலின் மேலே நான் அமர்ந்திருந்தேன். வாடகைக்குக் கொடுக்கவிருக்கும் பக்கத்து அறையைக் காண்பிக்கவென இன்று மாகரட் அக்கா யாரையும் அழைத்து வருவது சாத்தியமில்லை. மழை அந்தளவு பலமாகப் பெய்து கொண்டிருந்தது.

பக்கத்து அறையில் வாடகைக்கு வசித்த ஹொரவபொத்தானையைச் சேர்ந்த பெண், அவள் பணிபுரிந்த ஆடைத் தொழிற்சாலை மூடப்பட்டதும் வீட்டுக்குப் போய்விட்டாள். காலியாகிப் போன அறையில் வசிக்கவென, டேனியா அழைத்துக் கொண்டு வந்தவன் அறை வாடகையை மிகவும் குறைத்துக் கேட்டதனால், அவனோடு டேனியாவையும் சேர்த்து திட்டி துரத்தி விட்டேன். அவனை என்னிடம் கூட்டிக் கொண்டு வந்ததற்கும் கூட, டேனியா அவனிடமிருந்து ஏதாவது ஒரு தொகையைப் பெற்றுக் கொண்டிருப்பாள். உண்மையாகவே அவனுக்கு நான் கூறிய அறை வாடகை அதிக சுமையாகத் தெரிந்திருக்கக் கூடும். எனினும் அவனுக்கு அனுதாபம் காட்டப் போனால், விதவையான நான் ஜீவிதத்தைக் கொண்டு செல்வது எவ்வாறு? என்றாலும், எனக்கு குடும்பமோ குழந்தைகளோ இல்லையென்பதாலும், என்னை மாத்திரம்தான் நான் கவனித்துக் கொள்ள வேண்டியிருந்தது என்பதாலும், அந்த நபரைக் குறித்து

கொஞ்சம் சிந்தித்துப் பார்த்திருக்கலாமோ என எனக்கு பின்னர் தோன்றியது.

மழை ஓசையினிடையே எனக்கு மோட்டார் சைக்கிளொன்றின் சத்தம் கேட்டது. அந்த சத்தம் எனது வீட்டை நெருங்கி வந்து நின்றது. இப் பெருமழையில் எனது வீட்டுக்கு வரக் கூடியவர் யாருமில்லை என்பதனால், அது ஸ்டெல்லாவின் வீட்டுக்கு வந்திருக்கக் கூடும்.

"ஸந்தா தங்கச்சி..."

இவ்வளவு சத்தமாக என்னைக் கூப்பிடுவது மாகரட் அக்காதான். நான் வீட்டுக்குள்ளிருந்த தண்ணீரில் இறங்கிச் சென்று கதவைத் திறந்தேன். காத்திருந்தது போல மழையின் மீதிச் சாரலும் வாசலினூடாக வீட்டுக்குள் நுழைந்தது. மாகரட் அக்கா சேம்பிலை மடலொன்றைப் பிடித்தவாறு வாசலருகே நின்று கொண்டிருந்தாள். அப் பெருமழைக்கு சேம்பிலை மடல் ஈடுகொடுக்கவில்லை. மோட்டார் சைக்கிள்காரர் மாகரட் அக்காவின் பின்னால் நின்று கொண்டிருந்தார்.

"இந்தத் தம்பி அறையொண்ணு வாடகைக்குத் தேடுறார் தங்கச்சி... நான் உன்னோட அறையைக் காண்பிக்கக் கூட்டிட்டு வந்தேன்... நீ சொல்ற வாடகைக்கு தங்கிப்பார்... இன்னிக்கே குடியிருக்க தயாராத்தான் வந்திருக்கார்."

மோட்டார் சைக்கிள்காரரின் ஒரு கையில் ஹெல்மட்டும், மறு கையில் சற்று பெரிய பையொன்றும் இருந்தது. அவர் மழையில் நன்றாக நனைந்து போயிருந்தார். அவரிடம் ஒரு சேம்பிலை மடல் கூட இருக்கவில்லை.

மாகரட் அக்கா, டேனியாவைப் போல கண்ட கண்ட கழிசடைகளைக் கூட்டிக் கொண்டு வருவதில்லை. முன்னர் ஹொரவபொத்தானை சகோதரியைக் கூட்டிக் கொண்டு வந்து விட்டதுவும் மாகரட் அக்காதான். அவள் தனது கிராமத்துக்குத் திரும்பிப் போகும்போது கொழும்புச் சீமாட்டி போலப்

போனாலும், வரும்போது நாட்டுப்புறத்துக்காரி போலத்தான் வந்தாள்.

“ஐயா நனையுறீங்க... வீட்டுக்குள்ளே வாங்க... கதைப்போம்”

அவர் நீளக் காற்சட்டையும், நீண்ட கைகளையுடைய சட்டையும், சப்பாத்துக்களும் அணிந்திருந்ததனால் நான் அவரை ‘ஐயா’ என்று அழைத்தேன். அவரை வீட்டினுள்ளே அழைத்தபோது, வெளியில் நின்றதை விடவும் வீட்டினுள்ளே அதிகமாக நனைவதை அவர் கண்டுகொண்டார்.

“வாடகைக்குக் கொடுக்க இருக்குற அறைக்கு நாங்க நேராப் போவோம் அக்கா” என்று அவர் கூறினார். மாகரட் அக்கா முன்னே நடந்தாள். வாடகை அறை எனது வீட்டோடு ஒட்டிய பக்கத்து அறை.

“இந்த அறைக்கும் மழைத் தண்ணி வரும்போல இருக்குல்ல அக்கா?”

“ஐயோ இல்ல தம்பி... அந்த வீட்டோட அளவுக்கு இல்ல...”

மாகரட் அக்கா கதவைத் தள்ளித் திறந்து உள்ளே சென்றாள். கதவின் கீழால் அறைக்குள்ளும் தண்ணீர் வந்திருந்தது.

“கொழும்புல எந்நாளும் மழை பெய்யுறதில்லையே தம்பி. மழை பெய்ஞ்சால் இந்த வீடுகள்னு இல்ல... மொத்தக் கொழும்புமே தண்ணில மூழ்கிடுதே...”

புதியவர் அறைக்குள்ளே சென்று பார்த்தார். அந்த அறையில் ஒரு கட்டில் மாத்திரமே இருந்தது. கணுக்கால் அளவல்ல... கழுத்தளவு வெள்ளம் வந்தாலும் கூட அள்ளிச் செல்வதற்கு அவரிடம் எதுவுமே இருக்கவில்லை. அவர் கையிலிருந்த பையை கட்டில் மீது வைத்தார்.

“தம்பி, இன்னும் சாமான்கள் ஏதாவது இருந்தா எடுத்துட்டு வாங்க... கதிரை ஏதாவது தேவைப்பட்டா இந்தத் தங்கச்சி தருவாள்.”

"இல்லக்கா... இந்தக் கட்டில் மட்டும் எனக்குப் போதும்."

ஹொரொவபொத்தானை சகோதரி சமைப்பதற்குத் தேவையான பாத்திரங்களைக் கூட எங்கிருந்தோ கொண்டு வந்திருந்தாள். அவள் அறையை விட்டுச் சென்றதும் அவையும் அவளோடே காணாமற் போயிருந்தன. எனது அறை வாடகையை பாக்கியின்றித் தந்த அந்தச் சகோதரி புறப்பட்டுச் சென்றதைக் கூட பக்கத்து வீட்டிலிருந்த நான் காணவில்லை.

புதியவர் காற்சட்டையின் பின்புற பாக்கெட்டிலிருந்து பணப் பையை எடுத்து, "அட்வான்ஸா எவ்வளவு வேணும்?" என்று கேட்டார். அவருக்கு எனது அறை அந்தளவு பிடித்துப் போக காரணங்கள் ஏதுமில்லை. எனினும் நான் அதைக் குறித்து யோசிக்க வேண்டிய அவசியமில்லைதானே...

நாங்கள் கொடுக்கல் வாங்கல் விடயங்களைப் பேசித் தீர்மானித்துக் கொண்டோம். நான் மாகரட் அக்காவின் கையில் கொஞ்சம் பணத்தை வைத்த போதும் அவள் அதை ஏற்றுக் கொள்ளவில்லை. இதற்கு முன்பும் அவள் எனக்குச் செய்த உதவிகளுக்கு நான் இவ்வாறே பணத்தைக் கொடுத்த சந்தர்ப்பங்களில் அவள் ஒருபோதும் பணத்தை பெற்றுக் கொண்டதில்லை. அந்தக் குப்பத்தில் யாராவது எனது வீட்டினருகே வந்து கத்தினாலும் கூட ஓடி வந்து என்னைப் பாதுகாப்பது மாகரட் அக்காதான்.

மறுநாள் விடிகாலையிலேயே மோட்டார் சைக்கிள் உயிர் பெறும் ஓசையும், அது கடைச் சந்தி வரை சென்று மறையும் ஓசையும் கேட்டது. அவர் அன்று நடுச்சாமம் வரைக்கும் வீட்டுக்கு திரும்பி வரவில்லை. வருவார். போவார். காலையில் போய் மாலையில் வருவார். மாலையில் போய் காலையில் வருவார். சில நாட்கள், போனதுமே திரும்பி வருவார். சில நாட்கள், பல தினங்கள் கழித்து வருவார். சில நாட்கள், எங்கும் போகாமல் அறைக்குள்ளேயே அடைந்து கிடப்பார்.

அன்றும் கூட அவர் எங்கேயும் போகவில்லை. வழமையாக பழுதடைந்துபோயிருக்கும் மோட்டார் சைக்கிள், அன்றைக்கும்

பழுதடைந்து போயிருந்தது. அவர் முற்றத்தில், நிலத்தில் அமர்ந்தவாறு மோட்டார் சைக்கிளைக் குடைந்து கொண்டிருந்தார். அது எனக்கும் அவருக்குமிருந்த பொதுவான முற்றம். நான் அவரருகே சென்று குந்தி அமர்ந்தேன். அவர் செய்து கொண்டிருந்த வேலையை நிறுத்தாமலேயே என்னைப் பார்த்தார்.

"ஏன் உதவி செய்யப் போறீங்களா?"

அவர் கஞ்சத்தனமாக, சிறிதாய்ப் புன்னகைத்து என்னிடம் கேட்டுவிட்டு வேலையை தொடர்ந்து செய்து கொண்டிருந்தார். மோட்டார் சைக்கிள் குறித்து எனக்கு எதுவுமே தெரியாது. அவர் கூட கிண்டலாகத்தான் கேட்டார். அவர் செய்துகொண்டிருப்பதைக் குறித்து எனக்கேதும் தெரியாவிட்டாலும் கூட நான் மோட்டார் சைக்கிளையே பார்த்துக் கொண்டிருந்தேன். அவர் என்னென்னவோ செய்தார். அவரது விரல்களில் கன்னங்கறுப்பாக எண்ணெய்ப் பிசுக்கு படிந்திருந்தது. நான் அவரையும், அவரது பலமான விரல்களையும், எனக்குப் புரியாத அந்த வேலையையும் பார்த்துக் கொண்டேயிருந்தேன்.

முன்பு ஹொரவபொத்தானை சகோதரி காலையில் வேலைக்குப் போனால் இரவாகித்தான் அறைக்கு வருவாள். அவளது வெளிறிய முகத்தை நான் நன்றாகப் பார்த்ததுகூட இல்லை. இவர், அறையிலேயே இருந்ததனால், பேச்சுத் துணைக்கு பொருத்தமான ஆள்தான், என்றாலும் இவர் குறைவாகத்தான் பேசுகிறார். சொற்பமாகத்தான் புன்னகைக்கிறார். கொஞ்சமாகத்தான் என்னைப் பார்க்கிறார். அவை எனக்குத் தேவையற்றவை. அவர் என்னைப் பார்க்காததற்கும் சேர்த்து நான் அவரைப் பார்த்துக் கொண்டிருக்கிறேன்.

"நிஜமாவே ஐயாவோட பெயரென்ன?"

"ரகுநாதன். என்னை ஐயா, ஐயான்னு கூப்பிடாதீங்க."

ரகுநாதன் எப்போதாவதுதான் புன்னகைத்தார் என்றபோதும் அது அழகான புன்னகையாக இருந்தது. அவருக்குச் சேற்று நிறக்

கண்கள். அக் கண்கள் உள்ளடங்கிப் போயிருந்தன. எவருக்குமே அழகானவை என்று தென்படாத அக் கண்கள் எனக்கு அழகாகத் தென்பட்டன. ஆளைத் துளைக்கும் பார்வை ரகுவிடமிருந்தது.

மோட்டார் சைக்கிளின் பாகங்களைக் கழற்றிக் கழற்றிப் பூட்டுகையில் இடைக்கிடையே ஓரிரு வசனங்களையும் அவர் உதிர்த்தார்.

"பொட்டொன்று வைத்திருந்தால் இன்னும் அழகாக இருப்பீங்க."

ரகு என்னைப் பார்த்துவிட்டு பிறகு தொலைவில் எங்கோ பார்த்தவாறு கூறினார். வாழ்க்கையில் முதல் தடவையாக 'நான் எந்த இனத்தைச் சேர்ந்தவள்' என்பதை நினைவுபடுத்திப் பார்த்தேன். சிங்களத்தி எனச் சொல்வதற்கு என்னிடம் இருப்பது எனது பெயரும், எனது மொழியும் மாத்திரம்தான். ஏனையவர்களிடம் இவற்றைத் தாண்டி வேறேதும் இருக்கிறதா என யோசித்துப் பார்த்தேன். அவர்களிடமும் இருப்பவை இவை மாத்திரம்தான் இல்லையா?

பார்வதி அக்காவிடம் எப்போதும் உடல் முழுவதும் தமிழ் அடையாளங்கள் பூரித்திருக்கும். ஸஃப்ரினா அக்காவிடமும் அவ்வாறுதான். தலையிலிருந்து பாதம்வரைக்கும் முழுமையாக மூடியிருந்த அவர், வெளியே தென்படுவதுவும் குறைவாகத்தான். எனக்கு எங்கிருந்து பொட்டு? எனக்கு எங்கிருந்து மருதாணி? எனக்கு எங்கிருந்து சேலையும், மாலையும்? எனக்கு எங்கிருந்து ஃபர்தா?

நான் எதற்குமே, யாருக்குமே உரிமையற்ற வேற்றாளாக என்னை உணர்ந்தேன். எனது கண்களில் துளிர்த்த கண்ணீர்த் துளிகளை மறைத்துக் கொள்ள எவ்வளவுதான் முயற்சி செய்தபோதிலும், ரகுவின் பார்வையிலிருந்து அவற்றால் தப்பிக்க முடியவில்லை. ரகு எனது கண்ணீரைப் படிக்க முயற்சித்தார். என்னைத் தேற்ற, சிரிக்க வைக்க முயற்சித்தார். எனினும் அவரால் போலியாகச் சிரிக்க முடியாதென்பது அன்று எனக்குப் புரிந்தது. ரகு விரல்களிலிருந்த எண்ணெய்ப் பிசுக்கால் எனது நெற்றியில்

பொட்டொன்று வைத்தார். அப்போது ரகு புன்னகைத்ததில் உண்மை இருந்தது.

சந்தியிலிருந்த கடையில்தான் ரகு வழமையாகச் சாப்பிட்டு வந்தார். நான் சமைக்கும் சாப்பாட்டிலிருந்து ஒரு பாகத்தை அவருக்குக் கொடுக்க நான் எவ்வளவுதான் முயற்சித்த போதிலும், அது எனக்கு சுமையாகும் என்று அவர் அதை துளியேனும் விரும்பவில்லை. சில நாட்கள் இரவில் அவர் அறைக்கு வரும்போது சந்திக் கடையிலிருந்து ஒரு கொத்து பரோட்டாவை வாங்கிக் கொண்டு வருவார். அவ்வாறு கொண்டு வரும் கொத்து பரோட்டாவிலிருந்து பாதியை எனக்குத் தருவார். சாப்பிடச் சொல்வாரே தவிர ஒருபோதும் ஊட்டி விட முயற்சிக்கவில்லை. நான் சாப்பிடும் வரைக்கும் அவர் மெதுமெதுவாக சாப்பாட்டை அளைந்து கொண்டிருந்தாரே தவிர அவர் சாப்பிடவில்லை. நான் வயிறு நிறைய சாப்பிடும்வரை அவர் சாப்பிடாதிருந்திருக்கக் கூடும்.

எனக்கு அவரிடமிருந்து மாத வாடகைப் பணத்தைப் பெற்றுக் கொள்ள மனம் இடங்கொடுக்கவில்லை என்றாலும், அதைப் பெற்றுக் கொள்ளாது, எனது ஜீவிதத்தைக் கொண்டு செல்வது சாத்தியமாகாது என்ற இயலாமையினால் பணத்தைப் பெற்றுக் கொண்டேன். நான் பணம் வேண்டாம் எனக் கூறிய ஒரு மாதம், ரகு எனக்கு சின்னச் சின்னப் பூக்கள் நிறைந்த சேலையொன்றையும், நிறைய வளையல்களையும் வாங்கிக் கொண்டு வந்து அன்பளிப்பாகக் கொடுத்தார். அதுவரையில் நான் வாழ்க்கையில் ஒருபோதும் சேலை அணிந்திருக்கவில்லை.

"எனக்கு சேலை கட்டத் தெரியாது"

அணிந்திருந்த பாவாடைக்கும் சட்டைக்கும் மேலாக ரகு எனக்கு சேலை அணிவித்து விட்டார். கைகள் மூடுமளவிற்கு இரண்டு கைகளிலும் வளையல்களை மாட்டிவிட்டார்.

"பொட்டொண்ணு?" எனக் கேட்டேன்.

"தேவையில்ல... இப்பவே அழகுதான்."

என்னதான் ரகு என்னை, அழகி, அழகி என்று கூறியபோதும் நான் அந்தளவு அழகல்ல என்பது எனக்குத் தெரியும். எனினும் ரகு வெறுமனே முகத்தாட்சண்யத்திற்கு அவ்வாறு கூறவில்லை என்பதுவும் எனக்குத் தெரியும். ரகுவுக்கு நான் அழகாகத் தெரிந்திருக்கக் கூடும். வெயிலில் வதங்கி, மழையில் கரைந்திருந்த நான், அழகி என்பதாக, எனது கணவன் உயிரோடிருந்த காலத்தில் கூட என்னிடம் கூறியதில்லை.

எனது அறைச் சுவரின் பலகைகளிடையேயிருந்து ரகுவின் அறை எனக்குத் தென்படும். அந்த இடைவெளிகளினூடே ரகுவைப் பார்த்திருப்பது போல பிரியமானதொன்று எனக்கு வேறேதுமில்லை. ஆனால் ரகு ஒருபோதும் அந்தப் பலகை இடைவெளிகளினூடாக என்னை உற்று நோக்கவில்லை என்பதை நான் நன்றாக அறிவேன். எப்போதும் மொத்த உலகத்தின் பாரத்தையும் தனது தலையில் ஏற்றி வைத்ததைப் போலிருக்கும் ரகு, நிம்மதியான நீடித்த உறக்கத்தில் ஆழ்ந்திருப்பது போல தூங்கிக் கொண்டிருப்பார். ரகு அறியாது பலகை இடைவெளியினூடே வேண்டிய மட்டும் அவரையே பார்த்துக் கொண்டிருப்பது போன்ற உவகையை எனக்கு வேறெதுவும் தரவில்லை. பிறந்ததிலிருந்தே நான் ஓடிய ஓட்டத்தை நிறுத்தி இளைப்பாறுவதைப் போல அப்போது நான் உணர்வேன். ரகு விழித்திருந்த அநேகமான நேரங்களில் எல்லாம் அறைக்குள்ளே வயர் குவியலையும், தகட்டுத் துண்டுகளையும் வைத்துக் கொண்டு ஏதாவது செய்து கொண்டிருப்பார்.

திடீரென ஒரு நாள் சேரிக்கு போலிஸ் வந்தது. எனது அறைக்கு பக்கத்து அறையை புரட்டிப் போட்டது. அதிகாரிகள் ரகுவின் அறையில் நுழையும்போது அவர் தூங்கிக் கொண்டிருந்தார். அவரைப் பிடித்து ஜீப் வண்டியில் ஏற்றினார்கள். ரகுவினது மோட்டார் சைக்கிளையும், அறையிலிருந்த வயர் குவியலையும், தகட்டுத் துண்டுகளையும் கூட ஜீப்பில் குவித்தார்கள்.

இவையெல்லாம் நடைபெறும்போது ரகு என்னையே பார்த்துக் கொண்டிருந்தார். இதெல்லாம் என்றைக்காவது நிகழக் கூடும் என்பதை எதிர்பார்த்திருந்ததைப் போல, மிகவும் அமைதியாக எல்லாவற்றுக்கும் முகம்கொடுத்த ரகு, அவருக்கென இருந்த

ஒரேயொரு சொத்தும் பறி போய்க் கொண்டிருப்பதைப் போல என்னையே பார்த்துக் கொண்டிருந்தார்.

ரகு என்னையே பார்த்துக் கொண்டிருந்தாரே தவிர சயனைட்டைக் கடிக்கவில்லை. ரகுவை என்னிடம் விட்டுச் செல்லும்படி எவ்வளவுதான் நான் அழுது கதறியபோதும் அதிகாரிகள் அதைச் செய்யவில்லை. போலிஸ் அதிகாரிகள் ரகுவைக் கொண்டு சென்றார்கள். அந்த குப்பத்து மக்கள் அனைவரும் சூழ்ந்து நின்று அமைதியாக வேடிக்கை பார்த்துக் கொண்டிருக்கையில் நான் மாத்திரம் அழுது கதறியவாறு ஜீப் வண்டியின் பின்னாலேயே ஓடினேன். வழமையாக எனது உதவிக்கு ஓடிவரும் மாகரட் அக்கா கூட அன்று எனக்காக ஒரு அடி கூட முன்னே எடுத்து வைக்கத் துணியவில்லை.

அதுநாள் வரை அப்படி என்னைப் பார்த்திருக்காத ரகு, அன்று காணாமல் போகும்வரைக்கும் என்னையே பார்த்துக் கொண்டிருந்தார். எனது கதறல் ஓசை கேட்கும் எல்லை வரைக்கும், ரகு அந்தக் கதறலை சிரமப்பட்டேனும் கேட்டுக் கொண்டிருந்திருக்கக் கூடும். அதற்குப் பிறகு ரகு ஒருபோதும் திரும்பி வரவேயில்லை.

முன்பொரு நாள், நான் பிரசவிக்கவிருக்கும் குழந்தையின் தந்தையான எனது கணவன், தோடம்பழப் பெட்டியைத் தலையில் சுமந்தவாறு அன்றைய வருமானத்துக்காக அலைந்து கொண்டிருக்கையில், புறக்கோட்டை குண்டுவெடிப்பில் அகப்பட்டுச் செத்துப் போன நாளில் நான் துயரப்பட்டதைப் போன்ற கவலை எனக்குத் தோன்றியது, ரகு இறுதியாக என்னையே பார்த்துக் கொண்டிருந்தபோது.

◉

இப்போதும் இருவரும் இடைக்கிடையே சந்தித்துக் கொள்கிறோம்

ஆகாயத்தில் வானவில்லொன்று. வானவில் ஒரு மாயை. இயன்றவரை முயற்சித்து மேலே எட்டிக் குதித்தேன். குதித்து வானவில்லை இழுத்தெடுத்தேன். சுருண்டு போன வானவில்லை இழுத்தெடுத்து நிலத்தில் ஓங்கியடித்தேன். வானவில், துண்டு துகள்களாகி, அதன் பாகங்கள் பூமி முழுவதும் விசிறுண்டன. துண்டுகள் மிதிபட்டால் அவை பாதங்களைக் கிழிக்குமா அல்லது வழுக்கி விழச் செய்யுமா என்ற சந்தேகம் எனக்குத் தோன்றியது. எனினும், அவ்வாறு எதுவும் நடக்கவில்லை. அவை மிதிபடுகையில் பஞ்சை மிதிப்பது போன்ற இதமான உணர்வை அடிப்பாதங்கள் உணர்ந்தன. வானத்தில் ஒவ்வொரு வர்ணமாக, வரிசை வரிசையாக ஓர் ஒழுங்கில் இருந்த போதிலும், தரையில் ஓங்கியடித்ததற்குப் பிறகு அந்த நிறங்கள் எல்லாம் ஒன்றாகக் குழைந்து விசிறப்பட்டிருந்தன. மிதிபட்டிருந்தன. உள்ளங்கால்களிலும் பல வர்ணங்கள் சேர்ந்திருந்தன.

சந்திமா மேசையின் மறுபுறத்தில் அமர்ந்திருந்தாள். நான் இந்தப் பக்கமாக அமர்ந்திருந்தேன். மேசையில் ஒரு ஈ கூட இல்லை. சந்திமாவுக்கு இந்த மாதிரியான இடங்கள்தான் விருப்பமானவை. எனக்கோ இவை பாழடைந்த இடங்கள்.

குறைந்தது, உணவகம் என்றால் ஓரிரு ஈக்களாவது இருக்க வேண்டும். சந்திமா உறிஞ்சுகுழாயை மென்மையாக உதடுகளில் வைத்துத் துளித் துளியாக உறிஞ்சுகிறாள். நிறுத்துகிறாள். திரும்பவும் அருந்துகிறாள். ஆரஞ்சு ஜூஸ். அதைக் கொஞ்சம் கொஞ்சமாக... நயமாக... நளினமாக ஒரு கையால் கண்ணாடிக் குவளையைப் பற்றியவாறு, மறு கையால் உறிஞ்சு குழாயைப் பிடித்திருந்தாள். இவையிரண்டையும் பிடிக்காமல் இந்தப் பானத்தை அருந்த முடியாதா என்ன?

இப்போதுதான் கழுவித் துடைத்தது போல அவளது சிவந்த மெல்லிய விரல்கள்... கூர்மையான நகங்கள். அவற்றில் இளஞ்சிவப்பு வர்ணம் தடவப்பட்டிருந்தது. பரிசாரகர் மேசையில் எனது பக்கத்தில் வைத்து விட்டுப் போன பழச்சாறுக் குவளை இப்போதும் அப்படியே இருந்தது. அவள் தனது பழச்சாறை அருந்திக் கொண்டிருந்தாள். நான் அதன் அழகைப் பார்த்து ரசித்துக் கொண்டிருந்து விட்டு, எனது குவளையிலிருந்த உறிஞ்சு குழாயை எடுத்து அகற்றினேன். பின்னர் குவளையைக் கையால் எடுத்து ஒரே மூச்சில் குடித்து முடித்தேன்.

"ச்சே ரவீ..."

"என்னாச்சு?"

"இப்படியா குடிக்கிறது? யாராவது கண்டிருந்தா..."

"எனக்குக் கடும் தாகமா இருந்தது... வேறெப்படி குடிக்கிறது? அப்போ இதை ஒரேயடியா குடிச்சு முடிக்காம நீ இப்ப செஞ்சிட்டிருக்குறது மட்டும் சரியா?"

"நாங்க இப்பவும் கல்யாணம் முடிச்ச தம்பதிகள் இல்ல ரவி. உங்களுக்கு வேண்டிய மாதிரியெல்லாம் நான் ஜூஸ் குடிக்க மாட்டேன்."

"அதைத்தான் நானும் சொல்றேன். நானும் உனக்கு வேண்டிய மாதிரி ஜூஸ் குடிக்க மாட்டேன். நாங்க இப்பவும் தம்பதிகளாவே இருந்தாக் கூட உனக்கு வேண்டிய மாதிரி நானோ, எனக்கு வேண்டிய மாதிரி நீயோ எதையும் செய்யத் தேவையில்ல."

தக்ஷிலா ஸ்வர்ணமாலி | 97

"ஆனா ஊர் உலகத்துல ஆட்கள் செய்ற மாதிரிதான் நீங்க ஜூஸ் குடிக்க இருந்துச்சு."

"ஊர் உலகத்துல இருக்குற ஆட்கள் அவங்கவங்க வீட்டுல ஜூஸ் குடிக்குறது, நான் குடிச்சது மாதிரிதானே?"

"இது வீடில்லையே."

"உள்ளுல ஒண்ணு... வெளியே ஒண்ணு... ரெட்டை வாழ்க்கை வாழ வேண்டிய அவசியம் எனக்கில்ல."

"போதும் ரவி. நிறுத்திக்கலாம். ரொம்ப நாளைக்கப்புறம் சந்திச்சிருக்கோம். வேறெதையாவது பேசலாம். இங்கிறிமெண்டை செஞ்சுக்கிட்டீங்களா?"

"நீ இப்பவும் அதைத்தான் கேட்டுட்டிருக்கே... முன்னாடியும் அதைத்தான் கேட்டே. என்னோட சம்பளத்தைக் கூட்டுறதும், என்னோட தரத்தைக் கூட்டுறதும் மட்டும்தான் உனக்குத் தேவையா இருந்தது."

"சம்பளம் மட்டுமா? அந்தஸ்து?"

"நீ ஒருபோதும் தெருச் சந்தைக்குப் போகல. சூப்பர் மார்க்கெட்களுக்குத்தான் போயிட்டிருந்தாய். என்னோட சைக்கிளைக் குறிச்சு நீ வெட்கப்பட்டுட்டிருந்தது எனக்கு நினைவிருக்கு. சூப்பர் மார்க்கெட் பக்கமா உன்னைக் கூட்டிட்டுப் போக நான் சைக்கிள்ல வந்த நாள்ல 'தெரிஞ்சவர் ஒருத்தர்'னுதான் நீ உன் கூட்டாளிக்கிட்ட சொன்னாய். நான் உன்னோட புருஷன்னு நீ சொல்லல."

"ஐயோ ஸாரி ரவி. அன்னிக்கு உங்களுக்கு கவலை வந்துச்சா?"

"இல்ல. எனக்கு கடுமையாக் கோபம் வந்தது."

"ஆனா அன்னிக்கு நீங்களும் கூட என்னோட ஹஸ்பண்ட் இல்லங்குற மாதிரிதான் காட்டிக்கிட்டீங்களே தவிர வேறொண்ணுமே சொல்லலையே."

"அன்னிக்கு நீ வராத கோபத்தைக் காட்டிட்டிருந்தாய். நான் வந்த கோபத்தைக் காட்டாமலிருந்தேன்."

"நிஜத்தைக் காட்டியிருக்கணுமா... நாம ரெண்டு பேரும்?"

"நாங்க நிஜத்துக்கு பயந்தோம். நாங்க நடிச்சுட்டிருந்தோம்."

"உண்மையில எதுக்காக ரவி உங்களுக்கு என்னைக் கல்யாணம் கட்டத் தோணுச்சு?"

"இல்ல. எனக்கு உன்னைக் கல்யாணம் கட்டத் தோணல. ஆனா என்னைத் தவிர, என்னைச் சுற்றியிருந்த எல்லாருக்கும் நான் உன்னைத்தான் கட்டணும்னு தோணியிருந்துச்சு. அதனால்தான் கட்டினேன்."

"நீங்க உங்க கையால நடந்த தவறோட பொறுப்பை அடுத்தவங்க மேல போட்டுட்டு கையைத் துடைச்சுக்கப் பார்க்குறீங்க."

"என்னோட கல்யாணம் என்னோட தனிப்பட்ட விஷயம்னு நான் நினைச்சேன். நான் கல்யாணம் கட்டுறதா, இல்லையா, கட்டுறதுன்னா யாரை, எப்படி என்றதைத் தீர்மானிக்க எனக்கு எந்த உரிமையும் இருக்கல. நீ என்னைக் கட்ட சம்மதிச்சது ஏன்னுதான் எனக்கு ஆச்சரியமா இருக்கு."

"உங்களுக்கு டிகிரியொண்ணு இருந்தது. மாஸ்டர் டிகிரியும் இருந்தது. எனக்கு எக்ஸ்டர்னல் டிகிரி கூட இருக்கல. நாங்க ரெண்டு பேரும் மட்டும் தனியா வசிக்க சொந்தமா ஒரு வீடு உங்ககிட்ட இருந்தது. உங்ககிட்ட தென்னந் தோப்பு இருந்தது. நீங்க ட்யூஷன் கிளாஸ் வச்சு இன்னுமின்னும் சம்பாதிப்பீங்க, தோப்பிலிருந்தும் வருமானம் வரும், ஒரு கார் வாங்குவீங்க, பழைய வீட்டைப் புதுப்பிப்பீங்க என்றெல்லாம் நான் நினைச்சிருந்தேன்."

"அந்த வீட்டுல உனக்கு என்ன புதுப்பிக்க வேண்டியிருந்தது?"

"அதுல தரைக்கு டைல்ஸ் பதிச்சிருக்கலையே... அட்டாச்ட் பாத்ரூம் இருக்கல. ஒரு மொடர்ன் லுக்கும் இருக்கல."

"ஆனா அந்த வீடு மழைக்கு ஒழுகல. பாம்புகள் உள்ளே வரல."

"வீடுன்றது தங்குறதுக்கு மட்டுமில்ல ரவி."

"பின்ன வேறெதுக்கு? நீ அதுல தங்கல தான். உனக்கு அதுல தங்க நேரமிருக்கல."

"நான் நமக்காகத்தானே ஆபிஸ்ல ஓவர்டைம் வேலை செஞ்சேன்."

"நீ நமக்காக செஞ்ச ஒண்ணே ஒண்ணு அந்த ஓ.டீ தான். ஆட்கள் உசுரைக் கொடுத்துப் பாடுபட்டு வேலை நேரத்தை எட்டு மணித்தியாலங்களுக்குக் குறைச்சாங்க. நீங்களெல்லாரும் கேட்டுக் கேட்டு ஓ.டீ. செய்றீங்க. விடுமுறை நாட்கள்ல வேற வேலையும் செய்றீங்க."

"நீங்க இப்படிச் சொல்றது தவறு. வேலை செஞ்சு களைச்சுப் போய் மணித்தியாலக் கணக்கில் பயணிச்சு நடுச் சாமத்துல நான் வீட்டுக்கு வந்தேன். லீவு நாள்லயும் பூச் செடி வளர்த்து வித்தேன். உங்களுக்கு என்மேல கொஞ்சம் கூட பரிதாபமே தோணல."

"எட்டு மணி நேர வேலை முடிஞ்சதுமே வீட்டுக்கு வந்து என்னோட சேர்ந்து ஓய்வா நீ இருந்திருக்கலாமே."

"இல்ல. நீங்க என்னோட சேர்ந்து பணம் சம்பாதிக்க பாடுபட்டிருக்கலாம்."

"எதுக்கு?"

"நல்லா வாழ்றதுக்கு."

"நல்லா? நல்லதுன்னு சொல்றதெல்லாமே நாம உருவாக்கிக்கிட்டது தானே? நல்லா வாழ்றதுன்னு நீ நினைக்குறது என்னது? நல்லா என்றதை விடுவோம். ஒண்ணா வாழ்றதுக்காவது எங்களுக்கு நேரம் இருந்துச்சா? பாடுபட்டு, கஷ்டப்பட்டு இருபத்து நாலு மணித்தியாலமும் வேலை செஞ்சு சாமான்கள் வாங்கி வீட்டை நிறைக்கிறதையா வாழ்றதுன்னு சொல்றே?"

“நான் நல்லா வாழ்றதுன்னு சொல்றது முன்னாடியிருந்த ஆட்கள் எங்களுக்கு வழிகாட்டியிருக்குறது மாதிரிதான். அந்த விதத்துலதான் நாங்க வாழணும்.”

“ஆட்கள்னு சொல்றது நாங்கதான். அதையெல்லாம் மாற்ற எங்களாலும் முடியும்.”

“உலகத்துக்கேத்த மாதிரி நாங்க மாறுறதல்லாம, எங்களுக்குத் தேவையான மாதிரி உலகத்தை மாற்ற ஏலாது ரவி.”

“ஏன் முடியாது? முடியும்.”

“எனக்கு உங்களப் பார்த்தா சிரிப்பா இருக்கு ரவி.”

“எனக்கும் அப்படித்தான்.”

“ரெண்டு மணியானா ஸ்கூல் விட்டு நீங்க வீட்டுக்கு வந்துடுவீங்க. சனி, ஞாயிறு வீட்டுல இருப்பீங்க. வருஷத்துல மூணு மாசம் விடுமுறை கிடைச்சு வீட்டுல இருப்பீங்க. ஆனா அந்த ஓய்வு நேரங்கள்ல சம்பளத்துக்கு மேலதிகமா நீங்க ஒரு சதம் கூட சம்பாதிக்கல. பேப்பர் மார்க்கிங் போகல. பரீட்சை மண்டபங்களுக்கு வேலைக்குப் போகல. தேர்தல் வேலைகளுக்குப் போகல. தென்னை மரங்கள் நிறையக் காய்க்குறதுக்கு அதுக்கு உரம் போடாட்டிக் கூடப் பரவாயில்ல... அதைச் சுற்றி வர துப்புரவாக்கி தென்னை மட்டைகளைக் கூட வேர்ல அடுக்கி வைக்கல. ட்யூஷன் வகுப்பெடுக்கல. வீட்டுக்கு வந்தும் பாடத் திட்டங்களைச் செய்துகொண்டு, வாரக் குறிப்புகளை எழுதிக்கொண்டு, வினாத்தாள்களை தயாரித்துக்கொண்டு, விடைத்தாள்களைத் திருத்திக்கொண்டு, மதிப்பீடுகளை எழுதிக்கொண்டு, புத்தகங்களை வாசித்துக் கொண்டு, பீஜீடீஈ குறிப்புகளை எழுதிக்கொண்டு இருந்ததை மாத்திரம் செஞ்சுட்டிருந்தீங்க. மாணவர்களோட குறிப்புப் புத்தகங்களையும், வேலைகளையும் நீங்க வீட்டுக்கு எடுத்துட்டு வந்தீங்க. ஸ்கூலையே வீட்டுக்குத் தூக்கிட்டு வந்தீங்க.”

“அது என்னோட வேலையோட ஒரு பகுதி சந்திமா. நானும் விருப்பத்தோட செய்யல. அதையெல்லாம் செய்ய வேண்டியிருந்ததால செஞ்சேன்.”

“நான் விடிகாலைல எழுந்து, சமைச்சு வச்சுட்டு, வேலைக்குப் போய் ஓடீயும் செய்துட்டு வீட்டுக்கு வந்து, வீட்டைக் கூட்டிப் பெருக்கித் துடைச்சு, துணியெல்லாம் கழுவிப் போட்டு குளிச்சு முடிச்சு கட்டிலுக்கு வரும்போது நீங்க டீவி பார்த்துட்டே தூங்கிப் போயிருப்பீங்க. பூச்செடி பாத்திக்குக் கூட நீங்க உதவி செய்யல.”

“உன்கூடவே சேர்ந்து சமைக்கணும்னு நானும் விடிகாலையிலேயே எழும்பினேன். சமையல்ல உனக்கு உதவி செஞ்சேன். நீ துவைக்குறதுக்காக என்னோட துணிகளை நான் குவிச்சு வைக்கல. என்னோட உடுப்புகளை நானே கழுவிக்கிட்டேன். சட்டி, பானை, பாத்திரங்களை கழுவி வச்சேன். ஸ்கூல் விட்டு வந்து முற்றத்தைப் பெருக்கினேன். விறகு தேடி வச்சேன். நீ வந்து ராத்திரிக்குச் சமைக்கப் பாடுபடணுமேன்னு நான் உனக்காக ராத்திரி சமைச்சு வச்சேன். உன்ன மாதிரியேதான் நானும் வேலை செஞ்சேன். உனக்கு நேரமிருக்கல என்றதுதான் சிக்கலே. எனக்கு ஞாயிற்றுக்கிழமைகள்ல லெக்சர்ஸ்க்குப் போக வேண்டியிருந்ததாலதான் ஞாயிற்றுக்கிழமை மாத்திரம் உனக்கு உதவ முடியல. பீஎட் ஐயும் உனக்காகத்தான் நான் செஞ்சேன்.”

“ஓ.டீ செய்யலன்னாக் கூட அஞ்சு மணிக்கு வேலை முடிஞ்சு வந்தாலும் எனக்கு நேரமிருக்கலதான் ரவி. அப்படி செஞ்சாலும் நான் வீட்டுக்கு வர எப்படியும் ராத்திரியாகிடும்.”

“வேலைக்குப் போகாம வீட்டுல இருந்துட்டு பூச்செடி பாத்திகளைப் பார்த்துட்டிருன்னு நான் உனக்கு எவ்வளவோ சொன்னேன்.”

“அப்ப நாங்க எப்படி வாழ்றது?”

“ஏன் நான் தொழில் செய்து சம்பாதிக்கிறேன்தானே?”

“உங்களோட சின்ன சம்பளம் எங்க ரெண்டு பேருக்கும் போதுமா? கல்யாணத்துக்கு வாங்கிய கடனை அடைச்சு முடிக்க நாங்க ரெண்டு பேர் வேலை செஞ்சும் முடியாம இருந்தது. கடைசில பிரமாண்டமான கல்யாணம் என்ற பெயர் மட்டும்தான் எங்களுக்கு எஞ்சியது. குடும்பமொண்ணு இல்ல.”

“ரெஜிஸ்டர் கல்யாணம் மட்டும் போதும்னு நான் அப்பவே உன்கிட்ட சொன்னேன்.”

“ச்சீ... அதெப்படி முடியும் எல்லாருமே பெருசு பெருசா கல்யாணம் கட்டும்போது...? அதை விடுங்க. பெருசாக் கல்யாணம் எடுக்கலைன்னாக் கூட நம்ம ரெண்டு பேரோட சம்பளம் எங்க ரெண்டு பேருக்குமே போதாம இருந்தப்ப குழந்தையும் பெத்திருந்தா செலவை எப்படி சமாளிச்சிருப்போம்?”

“பெருசா பணச் சிக்கல்னு எல்லாம் நீ சொன்னாலும் கூட, ஒரு நாள் உயர்ந்த ஜாதி நாயை வாங்கிட்டு வான்னு என்கிட்ட மூவாயிரம் ரூபா கொடுத்தாய்.”

“ஆனா நீங்க வாங்கிட்டு வரலையே. யாரோ தெருவுல போட்டுட்டுப் போன நாய்க் குட்டியொண்ணைத்தானே நீங்க கூட்டிட்டு வந்தீங்க.”

“உங்கள மாதிரி பகட்டான ஆட்கள் ஒரு கையால நாய்க் குட்டிகளைத் தெருவுல கொண்டு போய் போட்டுட்டு, மற்றக் கையால காசு கொடுத்து நாய்களை வாங்குறீங்க. ரெண்டு இனமுமே நாய்கள்தான்.”

“எங்கேயோ நடக்குற குப்பை சமாச்சாரங்களை எல்லாம் என் மேல போட்டுக் கதைக்கிறீங்க ரவி.”

“இல்ல. உனக்கும் அது பொருந்தும்.”

“சரி ரவி. போதும் இனி. இப்பதான் எல்லாம் முடிஞ்சு போயாச்சே.”

"முடிஞ்சதுன்னா எதுக்காக நாம ரெண்டு பேரும் இப்படி மேசையோட எதிர் எதிர் பக்கங்கள்ல உட்கார்ந்துட்டு அடிக்கடி சந்திச்சுச் சண்டை போட்டுக்குறோம்?"

"நாம விவாகரத்து செய்து கொண்டது எதற்காக ரவி?"

"நாம கல்யாணம் கட்டினதாலதான் சந்திமா."

"நாம கல்யாணம் கட்டியிருக்கலன்னா?"

"அப்போ எங்களுக்கு விவாகரத்து செய்ய வேண்டிய அவசியமிருக்காது."

"நாங்க திரும்பவும் விவாகரத்து செய்து கொள்ள முடியாது ரவி. அதைக் குறிச்சு எனக்கு சந்தோஷமாயிருக்கு. எங்களால எப்பவும் இப்படியே இருக்கலாம். நாங்க இப்ப முன்பை விட அதிகமா நெருக்கமா தெளிவாக் கதைச்சுக் கொண்டிருக்குறோம்."

"உனக்கு இன்னொரு ஜூஸ் கொண்டு வரச் சொல்லட்டுமா?"

"ச்சீ... வெட்கமில்லையா? வேணாம்."

"எனக்குன்னா இன்னொண்ணு குடிக்கணும் போல இருக்கு."

"எனக்கும் அப்படித்தான் இருக்கு. ஆனா அப்படி ரெண்டு குடிக்குற வழமை உலகத்துல இல்லையே."

"நீ செய்றது, உனக்குத் தேவையானதையில்ல சந்திமா."

"அந்தக் காலத்துல உங்ககிட்ட ரெண்டு, மூணு ஷேர்ட் மாத்திரம் தான் இருந்துச்சு."

"ஆனா நான் உனக்குத் தேவையான துணிமணிகளை வாங்க வேணாம்னு சொல்லலையே சந்திமா."

"நான் உங்களுக்கும் சேர்த்துத்தானே வாங்கிட்டு வந்தேன்."

"அது நான் ஒன்றையே உடுத்துட்டுப் போறது, உனக்கு கௌரவக் குறைச்சலாயிருக்கும்னு நீ கருதியதால."

“உங்களுக்கு அப்படித் தோணினா நான் என்ன பண்றது? நீங்க எல்லாத்தையும் தலைகீழாத்தானே பார்த்தீங்க.”

“நீயும் அப்படித்தானே.”

“நான் ஹம்சாவோட கையைப் பிடிச்சுக் கொண்டு மேகலா தியேட்டர் பால்கனியிலிருந்து இறங்குறதை நீங்க கண்டப்போ உங்க மனசு நொந்து போச்சா?”

“இல்ல. எனக்கு ரொம்ப சந்தோஷமா, ஆறுதலா இருந்தது.”

“ஏனது?”

“நான் உன்னை ஒருபோதும் தியேட்டருக்கு படம் பார்க்கக் கூட்டிட்டுப் போகல. நீ ஆபிஸிலிருந்து ரயில்ல நொந்து நூலாகி வீட்டுக்கு வர்ற நேரம், நான் தனியா ஆறரை ஷோ பார்த்துட்டு நடந்து நடந்து மெதுமெதுவா வீட்டுக்கு வந்திருப்பேன். அன்னிக்கு நீ ஓடீ செய்யாம அரை நாள் லீவு போட்டுட்டு ரெண்டரை ஷோ பார்க்க வந்திருந்தாய். என்னைக் கல்யாணம் முடிச்சதுக்குப் பிறகு அன்னிக்குத்தான் உனக்கு லீவு கிடைச்சிருந்தது.”

“தியேட்டருக்குப் போய் படம் பார்க்குற பழக்கம் எனக்கிருக்கல ரவி. பொறந்த வீட்டுல இருந்தப்ப சீடீ போட்டு ஹிந்திப் படங்கள் எல்லாம் அழுதழுது பார்ப்பேன். அன்னிக்கும் நான் படம் பார்க்கப் போகல. ஹம்சாவோட நெருக்கமா உட்காந்திருக்கணும்னுதான் போனேன். என்னோட கெட்ட நேரம், வழமையா ஆறரை ஷோ பார்க்குற நீங்க அன்னிக்கு ரெண்டரை ஷோவுக்கு வந்திருந்தீங்க.”

“கெட்ட நேரமெல்லாம் இல்ல. தற்செயலாத்தான் என்னோட கையில சிக்கிட்டீங்க.”

“நாங்க அதுக்கு முன்னாடியும் ரெண்டரை ஷோ பார்த்திருக்குறோம். அன்னிக்கு உங்கக்கிட்ட மாட்டினப்போ நீங்க சத்தமில்லாம எங்க கூட சிரிச்சுட்டு, எதுவும் கதைக்காம வேக வேகமா நடந்து போயிட்டீங்க.”

“நீ அன்னிக்கு வீட்டுக்கு வந்தப்ப நான் எதிர்பார்த்திருந்த அளவுக்கு நீ பயந்து போயிருக்கல.”

“நீங்க கூடத்தான் நான் எதிர்பார்த்திருந்த அளவுக்கு கோபத்தோடு இருக்கல. ஆமையைத் தண்ணியில விட்டது போல இருந்தீங்க. என்னை ஏற்கெனவே பிடிக்காதது போல, பிறகு என்னை ஹம்சாக்கிட்டயே ஒப்படைச்சிட்டீங்க.”

“நீயும் ஆமையைத் தண்ணியில விட்டது மாதிரிதானே இருந்தாய்.”

“இருந்தாலும், உங்களுக்குத் தெரியாம திருட்டுத்தனமா எந்நாளும் ஹம்சாவோட ரெண்டரை ஷோ பார்த்துட்டிருக்க முடிஞ்சிருந்தா... அதுதான் எனக்கு ரொம்பப் பிடிச்சிருந்தது.”

“அப்படிச் சொல்லாதே. நீங்க ரெண்டு பேரும் ஒரே ஆபிஸ். குறைஞ்சபட்சம், நீங்க ரெண்டு பேரும் அடிக்கடி பார்த்துக்குறதே போதாதா என்ன?”

“ஹ்ம்ம்... இப்பல்லாம் பார்த்துப் பார்த்தே சலிச்சுப் போயிட்டுது.”

“அதனாலதான் என்னைத் தேடி வந்தியா?”

“அப்படியில்ல ரவி.”

“பிறகு?”

“ஹம்சாவோட ரெண்டு மாடி வீட்டுல அட்டாச்ட் பாத்ரூம் மட்டும் மூணு இருக்கு. வீடு பூராவும் டைல்ஸ் பதிச்சிருக்கு. காரும் இருக்கு. அவரோட பதவி ரொம்பப் பெருசு. எங்கக்கிட்ட நிறைய துணிமணிகள் இருக்கு. அவர் என்னை மெஜஸ்டிக் சிட்டிக்குத்தான் ஷாப்பிங்குக்குக் கூட்டிட்டுப் போறார். என்னை டின்னருக்கு வெளியே கூட்டிட்டுப் போறார். லீவு போட்டுட்டு டூர் எல்லாம் போறோம்.”

“அப்புறம் உனக்கு அவர்கிட்டருந்து வேறு என்னதான் வேணும்?”

“தெரியல ரவி. என்னால விளங்கிக் கொள்ள முடியல. நான் இப்ப ஓ.டீ. செய்றதும் இல்ல. காரிலயே போயிட்டு வாறதால களைப்பும் இல்ல. வீட்டு வேலைகளைச் செய்யவும் சர்வன்ட்ஸ் இருக்காங்க.”

“ அப்புறம் என்ன பிரச்சினை?”

“எனக்குத் தெரியல ரவி. ஆனா அவர் கூட வெளியே போறப்ப எல்லாம் நான் வீட்ல இருக்குறப்ப உணர்றதை விடவும் சங்கடமா உணர்றேன். அந்தச் சமயத்துல அவர்கிட்ட, தானா உருவாக்கிக்கிட்ட ஒரு தோற்றம் இருக்கும். வீட்டுக்குள்ள கூட எல்லாமும் நாடகத்தனமா செயற்படுற மாதிரி எனக்குத் தோணுது. நான் எப்பவும் அவருக்குத் தென்படுற மாதிரி ஒப்பனையோடு உடம்பை அலங்கரிச்சுட்டு நிற்க வேண்டியிருக்கு. எனக்கு அது சித்திரவதையாயிருக்கு. அவருக்கு குப்பை, தூசு, வியர்வை எதுவும் வீட்டுக்குள்ள இருக்கக் கூடாது. சமைக்குறதுக்கு வந்து போற கருணாக்கா எங்க வீட்டு அழுக்கையெல்லாம் பெருக்கித் துவைக்குறதுக்கு சம்மதிச்சதே படுக்கையில நோயாளியாக் கிடக்குற அவவோட புருஷனைக் காப்பாற்றத்தான். நாங்க கொடுக்குற சின்னத் தொகையில அவங்க எப்படி வாழுறாங்களோ தெரியாது. உங்களுக்குக் கூட அப்படி ஏதாவது வியாதி வந்துடுமோன்னு எனக்கு ரொம்பப் பயமாயிருக்கு ரவி. அவர் ஏழாயிரம் ரூவா கொடுத்து வாங்கிட்டு வந்த நாயைக் காட்டிலும் எனக்கு இப்ப உங்க வீட்டுல வளர்க்குற தெரு நாய் மேல ஆசை தோணுது. நீங்க எனக்காக சமைச்சு வச்ச சாப்பாடெல்லாம் எப்பவும் ரொம்ப சுவையா இருந்துச்சு ரவி. என்றாலும் அதை அப்ப உங்கக்கிட்ட சொல்ல என்னால முடியல. அப்பல்லாம் நான் பசியோடு ஆசையா வீட்டுக்கு வந்தது, நீங்க சமைச்சு வச்சத சாப்பிட்டு நிம்மதியாத் தூங்கத்தான்.”

“அப்பல்லாம் ஸ்கூல்ல வச்சு நீ கட்டிக் கொடுத்த சோற்றுப் பார்சலை அவிழ்க்குறப்ப வாழையிலையில இருந்த வந்த வாசனை எனக்கு இப்பவும் நினைவிருக்கு. நான் இப்ப கேன்டீன்லதான் சாப்பிடுறேன்.”

"நான் இப்ப கர்ப்பமா இருக்கேன்னு சொல்லத்தான் நான் இன்னிக்கு உங்களைச் சந்திக்கவே வேணும்னு நினைச்சேன். ஆனா முதன்முதலா அது எனக்குத் தெரிய வந்தப்ப, நான் முன்னாடி எதிர்பார்த்திருந்த அளவுக்கு நான் சந்தோஷமா உணரல ரவி. உங்களுக்கு வயசாகுறப்ப உங்களைப் பார்த்துக்குற மாதிரி நான் இந்தக் குழந்தையை வளர்த்து ஆளாக்குவேன்."

"என்னை விடுவோம். இப்படியே போனா அந்தக் காலகட்டத்துல இந்தக் குழந்தைக்கு உன்னைப் பார்த்துக்குற அளவுக்காவது பொறுமையோ, பாச உணர்வோ இருக்குமா சந்திமா? அடுத்தது, நாம வயசாகுற காலத்துல நம்மைப் பார்த்துக் கொள்ளணும்னு நினைச்சு பிள்ளை பெத்து வளர்க்கத் தேவையில்ல சந்திமா. அவங்க, அவங்களோட உலகத்தைத் தேடிப் போகட்டும். அவங்களுக்கும் கூட ஓய்வா, வாழ்க்கையை அனுபவிக்க நேரம் வாய்க்குமென்றால் அவங்களே நமக்கு முடியாமப் போற காலத்துல உதவி செய்வாங்க."

"இப்பவும் என்னோட பூச்செடிகளுக்கு நீங்க தண்ணி ஊத்துறீங்களா? அதெல்லாம் இப்ப காடு மண்டிப் போயிருக்குமோ தெரியாது."

"பூச்செடிகளை நான் விக்குறதில்ல. ஆனா புல்லுப் பிடுங்கி தண்ணி ஊத்திப் பராமரிச்சுட்டு வர்றேன். உரம் போடுறதில்ல. ஆனா இதமா அடிக்குற வெயில்ல பூவெல்லாம் அதுவாவே பூத்திடுது."

⊙

ஒரே திடல்

அம்மா, கல்யாணம் செய்து கொள்ளப் போவதாகச் சொன்னதும், எங்கள் வீட்டில் பெரியதொரு திருமண வைபவம் நடைபெறுமென்றே நான் எதிர்பார்த்தேன். என்றாலும், குறைந்தபட்சம் கல்யாண விருந்தை விட்டாலும், அம்மா மணப்பெண்ணாகக் கூட மாறவில்லை. சித்தப்பா வந்து எங்களைத் தன்னோடு கூட்டிச் சென்றது மாத்திரம்தான் நடந்தது. அப்படிக் கூட்டிச் சென்றது கூட சைக்கிளில்தான். என்னை முன்னாலும், அம்மாவைப் பின்னாலும் உட்கார வைத்திருந்தார். சைக்கிள் பார் கட்டையில் வெகுதூரம் உட்கார்ந்து பயணிக்கும்போது எனக்கு சிரமமாக இருக்கும் என்று அதன் மீது ஒரு தலையணையை வைத்து அதற்கு மேல் என்னை அமர்த்தி மிகவும் பத்திரமாகத்தான் கூட்டிச் சென்றார்.

அம்மாவும், சித்தப்பாவும் அதற்கு முந்தைய நாளில்தான் பதிவாளர் காரியாலயத்திற்குச் சென்று திருமணம் முடித்திருந்தார்கள். அன்றும் கூட அவர்கள் திருமணம் முடித்ததாக நான் உணரவேயில்லை. வழமையாக சந்தைக்குப் போவதற்கு உடுத்துவதைப் போலவேதான் அம்மா வீட்டிலிருந்து புறப்பட்டுப் போனாள். சித்தப்பா எனப்படுபவர் அப்பாவின் தம்பியென பள்ளிக்கூடத்தில் சொல்லித் தந்தார்கள். எனினும் எனது சித்தப்பா, அப்பாவின் தம்பியல்ல. ஆனாலும் அம்மா, எங்களைக் கூட்டிச் சென்றவரை சித்தப்பா என்றே அழைக்குமாறு என்னிடம் கூறியிருந்தாள்.

தக்‌ஷிலா ஸ்வர்ணமாலி | 109

குளக்கட்டைக் கடந்து ஒற்றையடிப் பாதை வழியே நெடுந்தூரம் போனதும் சித்தப்பாவின் வீடு வந்தது. அந்த வீட்டின் சுவர்கள் இன்னும் பூசி மெழுகப்படாமல் இருந்தன. ஒருவேளை சித்தப்பாவால் தனியாகச் செய்ய முடியாமல் போயிருந்தாலும் கூட, இனி நாங்கள் மூன்று பேரும் சேர்ந்து சுவர்களைப் பூசி மெழுகலாம். சித்தப்பா என்னைத் தூக்கிக் கொண்டு வீட்டுக்குள் போனார். என்னைத் தூக்கினால் எனது கால்கள் தரையில் முட்டுகின்றன என்று கூறி இப்போதெல்லாம் அம்மா என்னைத் தூக்குவதே இல்லை.

“உட்காரு யஸோதா”

அம்மா மிகுந்த தன்னடக்கத்தோடு ஒரு பக்தையைப் போல அமர்ந்து கொண்டாள். சித்திரைப் புத்தாண்டுக்கு வீட்டுக்கு வரும் விருந்தினர்களை உபசாரம் செய்வது போல சித்தப்பா எம்மைக் கவனித்துக் கொண்டார். அம்மா தடுமாற்றத்தோடு அமர்ந்திருப்பதுபோல எனக்குத் தோன்றியது. தண்ணீரைக் கொதிக்க வைக்க, கேத்தலை அடுப்பில் வைப்பதற்காக சித்தப்பா சமையலறைக்குள் நுழைந்தார். அம்மா சமையலறைக்குப் போனபோது நானும் பின்னாலேயே சென்றேன். சித்தப்பா விறகடுப்பை ஊதிக் கொண்டிருந்தார். பள்ளிக்கூடத்துக்கு வந்த பரிசோதகரைப் போல அம்மா சமையலறையை சுற்றி வரப் பார்த்தாள்.

“என் பொஞ்சாதி இருந்த காலத்துலன்னா இதெல்லாம் நல்லா ஒழுங்கா வச்சிருந்தா”

சித்தப்பா ‘பொஞ்சாதி’ என்று சொன்னது அம்மாவையல்ல. என்றாலும், இப்போது சித்தப்பாவின் ‘பொஞ்சாதி’ என்னுடைய அம்மாதான். சித்தப்பா இப்போதும் முதல் மனைவியை ‘பொஞ்சாதி’ என்று அழைத்தற்கு அம்மாவிடம் கோபமோ, கவலையோ தென்படவில்லை. அவள் மென்மையாகப் புன்னகைத்தாள். சித்தப்பா தேநீர் ஊற்றும் வரைக்கும் சமையலறையை ஒழுங்குபடுத்தினாள். சித்தப்பா எனக்காக தேநீரில் தொட்டுச் சாப்பிடவென பிஸ்கட்டும் வாங்கி வைத்திருந்தார். சித்தப்பாவும், அம்மாவும் ஒருவரை ஒருவர்

அறிமுகமில்லாதவர்கள் போல பிஸ்கட் சாப்பிட்டு தேநீரை அருந்தினார்கள். அது, அவர்களுடைய முதல் நாள் என்பதால் அப்படி இருந்திருக்கலாம். வீட்டிலென்றால் அம்மாவும் என்னைப் போலவே என்னுடன் சேர்ந்து பிஸ்கட்டை தேநீரில் தொட்டுச் சாப்பிடுவாள் எனினும் அன்று அவள் மிகவும் கௌரவமாகச் சாப்பிடுகிறாளென எனக்குத் தோன்றியது.

அம்மா, சித்தப்பாவின் முன்பாக ஒரு பக்தையைப் போல அமைதியாக இருக்க முயற்சித்த போதிலும், அம்மாவின் உண்மையான இயல்பைக் குறித்து சித்தப்பா பின்னர் அறிந்து கொள்ளக்கூடும். எனினும் அவள் செல்லம் கொஞ்சி குறும்புத்தனங்கள் செய்ததெல்லாம் எனக்காகத்தான் என்று தோன்றியது. வெளியாட்களுக்கு முன்னால் அம்மா அளவுக்கு அடக்கமான, மென்மையான வேறொருத்தியையும் காணமுடியாது. அவ்வாறிருப்பதும் தவறில்லை. என்னுடன் இருப்பதைப் போல எல்லோருடனும் அம்மாவால் இருக்க முடியாது.

அப்பா, அம்மாவைக் கை விட்டுச் சென்றது அம்மாவின் தவறால் அல்ல. அது அப்பாவின் தவறும் கிடையாது. ஸ்ரீமலி சித்தியின் தவறும் இல்லை. "நாங்கள் அனைவரும் மனிதர்கள் என்பதால் எங்கள் அனைவருக்கும் இப்படி நிகழ்ந்தது" என்று அம்மா கூறினாள். அப்பா, ஸ்ரீமலி சித்தியுடன் ஓடிப்போன பின்னரும் கூட எப்போதாவது நாங்கள் குளிக்கும் நேரம் பார்த்து எப்படியாவது குளத்தின் அருகில் வந்துவிடுவார்.

"நான் போனதுக்கு உன் மேல எந்தத் தவறும் இல்ல யஸோ" இதையே மிகுந்த தயவாக ஒவ்வொருமுறையும் தயங்கித் தயங்கிச் சொல்வார்.

அப்பா எங்களுக்காகக் கட்டிய வீட்டில் எங்களை விட்டுவிட்டே போயிருந்தார். அவர் வீட்டை விட்டுப் போன போதிலும், அம்மாவையோ என்னையோ அந்த வீட்டை விட்டுப் போகுமாறு ஒருபோதும் சொன்னதில்லை. அம்மாவிடம் என்னைத் தன்னிடம் தருமாறு கேட்காதது அவருக்கு என் மீது

பாசம் இல்லாததால் அல்ல. நானும் இல்லாமல் போனால் அம்மா மேலும் தனித்துப் போவாள் என்று அவருக்குத் தெரியும்.

அம்மாவைச் சந்திக்க முன்பே அப்பாவுக்கு ஸ்ரீமலி சித்தியைத் தெரியும் என்று பாட்டி, அம்மாவிடம் கூறியதை நான் கேட்டிருக்கிறேன். பாட்டி எங்கள் வீட்டுக்கு வரும்போதெல்லாம் அப்பாவைக் குற்றம் குறை சொல்வாள். ஆனால் அம்மா ஒருபோதும் யாரிடமும் அப்பாவுக்கு எதிராக ஒரு வார்த்தை கூட கதைத்ததில்லை.

"இந்தத் தடவை பயிர்ச் சேனையும் பாழடைஞ்சு போய்க் கிடக்கு. நெல் அறுவடையையும் அப்பா எங்களுக்கே எல்லாத்தையும் தந்துட்டார். ஒழுங்கா சாப்பிடக் குடிக்க அவங்களுக்கு வழியிருக்குமோ தெரியாது" என அம்மா சோற்றுத் தட்டைக் கையில் எடுக்கும்போதெல்லாம் தினமும் அப்பாவை நினைத்துத் தனியாக பெருமூச்சு விடுவாள்.

அப்பா குளத்தருகே வருவது, ஸ்ரீமலி சித்திக்கும் தெரியும். ஒரு நாள் அப்பா, சித்தியுடன்தான் வந்தார். அன்று ஸ்ரீமலி சித்தி, அம்மாவிடம் எதையோ சொல்லிச் சொல்லி அழுதாள். அப்பாவும், நானும் குளத்தில் கரணமடித்து நீந்திக் குளித்துக் கொண்டிருந்ததால் அவர்களது உரையாடல் எனக்குக் கேட்கவில்லை. அப்பாவும், சித்தியும் புறப்படத் தயாரான போது, "நீங்க ஸ்ரீமலி தங்கச்சியைக் கூட்டிக்கிட்டு நம்ம வீட்டுக்கு வந்துடுங்க. நாங்க என்னோட வீட்டுக்குப் போக முடிவு செஞ்சிருக்கோம். நாங்க இங்க தனியா இருக்கோம்னு அம்மா எப்பவும் கூப்பிட்டுட்டே இருக்கா" என்று அம்மா, அப்பாவிடம் கூறினாள்.

அம்மா அப்படிச் சொன்னாலும் கூட, முன்பு பாட்டி எங்களை அவரது வீட்டுக்குக் கூப்பிட்ட போதெல்லாம் அம்மா முடியாதென்றே கூறி வந்தாள். அப்பா, ஸ்ரீமலி சித்தியை பயிர்ச் சேனையிலிருந்த குடிலுக்குத்தான் கூட்டிச் சென்றிருந்தார். சித்தியின் வீட்டிலும், அப்பாவின் பிறந்த வீட்டிலும் அந்தப் புதிய தம்பதிகளை ஏற்றுக் கொள்ளவில்லையாம். அதனால்தான்

ஸ்ரீமலி சித்தி சேனைக் குடிலில் இருந்தாளே ஒழிய, அதில் வசிப்பது எவ்வளவு கஷ்டம் என்பது அம்மாவுக்குத் தெரியும்.

அன்றைக்கு மறுநாள் அம்மாவும், நானும் பாட்டி வீட்டுக்குப் போய் விட்டோம். அம்மா வற்புறுத்தியதாலேயே அப்பா ஸ்ரீமலி சித்தியைக் கூட்டிக் கொண்டு எங்களுடைய வீட்டுக்கு குடியிருக்க வந்தார்.

நாங்கள் பாட்டி வீட்டிலிருந்த போதுதான் சித்தப்பா எங்களைக் கூட்டிக் கொண்டு போனார்.

'அப்பா இருந்தாரென்றால்' என தப்பித் தவறியேனும் ஏங்கச் செய்யாத அளவுக்கு, சித்தப்பா என்னை அளவுக்கதிகமாக நேசித்தார். அம்மாவின் மீது கூட அப்படித்தான் இருக்கக்கூடும். சந்தியிலிருக்கும் சில்லறைக் கடையில் சாமான்களை எடை போட்டுத் தரும் வேலை பார்த்து வந்த சித்தப்பாவுக்கு போதியளவு வருமானம் இல்லையென்பதால் அம்மா, அப்பாவின் வீட்டில் செய்தது போலவே இங்கும் கூடை, பாய்களை நெய்தாள்.

விடியற் காலையிலேயே எழுந்து கொள்ளும் அம்மாவுடன் சேர்ந்து வீட்டு வேலைகளைச் செய்யும் சித்தப்பா, தினந்தோறும் காலை வேளைகளில் என்னைப் பள்ளிக்கூடத்துக்கும் கூட்டிச் செல்வார். சைக்கிளில் உட்கார வைத்துத்தான் கொண்டு போவார். சில நாட்கள் பள்ளிக்கூடம் விடும் நேரத்தில் என்னைக் கூட்டிச் செல்ல அப்பா வந்திருப்பார். அப்பா என்னைக் கூட்டிச் செல்ல வந்த முதல் நாளில், 'இப்போது என்னைக் கூட்டிச் செல்ல வரும் சித்தப்பாவுக்கு என்ன சொல்வது?' என நான் பதறிப் போனேன். 'என்னைக் காணாமல் சித்தப்பா பயந்து போவாரா? சித்தப்பா, அப்பாவுடன் சண்டை போடுவாரா?' என்றெல்லாம் எண்ணிப் பயந்தேன். எனினும், அப்பா என்னை சித்தப்பா வேலை செய்யும் கடைக்குத்தான் அழைத்துச் சென்றார். அப்பா என்னைக் கூட்டிச் சென்று சித்தப்பாவிடம் ஒப்படைத்த பிறகுதான் இருவரும் பங்கு போட்டுக் கொண்டு என்னைக் கூட்டிக் கொண்டு வந்ததை நான் அறிந்து கொண்டேன்.

தக்ஷிலா ஸ்வர்ணமாலி | 113

சித்தப்பா, என்னைச் சற்று நேரமேனும் அப்பாவிடம் கொடுத்தது, அவருக்கு நானொரு தொந்தரவாக இருந்ததால் அல்ல. சித்தப்பாவுக்கு, அப்பா மீது தோன்றிய அனுதாபத்தினால்தான். சில நாட்கள் அப்பா, 'ஸ்ரீமலி, யஸோக்கிட்டக் கொடுக்கச் சொன்னாள்' என்று கூறியவாறு சித்தப்பாவின் கையில் ஏதேனும் உணவுப் பொதியைத் திணிப்பார். ஸ்ரீமலி சித்தி சில நாட்கள் காலை வேளையில் வழியில் சித்தப்பாவின் சைக்கிளை நிறுத்தி, என்னிடம் பள்ளிக்கூடத்துக்குக் கொண்டு போய் சாப்பிடுமாறு கூறி வட்டக்கண்ணி மர இலையில் சுற்றிய இடியப்பப் பொதியைத் தருவாள். அன்று என்னிடம் இரண்டு உணவுப் பொதிகளிருக்கும். அன்று அம்மா சுற்றித் தந்த உணவுப் பொதியை பள்ளிக்கூடத்தில் சாப்பிட்டு விட்டு, ஸ்ரீமலி சித்தி தந்த உணவுப் பொதியை அம்மாவுடன் சேர்ந்து சாப்பிடுவதற்காக வீட்டுக்கு எடுத்துச் செல்வேன். அம்மாவுக்கு, ஸ்ரீமலி சித்தி சமைக்கும் உணவுகளென்றால் மிகவும் பிடிக்கும்.

ஒருநாள் முன்னெப்போதுமில்லாமல் அம்மா, ஜிலேபி பார்சலொன்றை என்னிடமும் சித்தப்பாவிடமும் தந்து அப்பாவின் வீட்டுக்குக் கொடுத்தனுப்பினாள். அவள் எங்களுக்காக ஜிலேபி செய்தபோது அதில் கொஞ்சத்தை ஸ்ரீமலி சித்திக்கு அனுப்பியதல்ல அது. அவள் அன்றைக்கு சித்திக்காகவே செய்து கொடுத்தாள். சித்திக்கு ஜிலேபி சாப்பிட ஆசை. கடையில் வந்து ஜிலேபி இருக்கிறதாவென அப்பா கேட்டதாக சித்தப்பா அம்மாவிடம் கூறியிருக்கிறார். அதற்குப் பிறகே அம்மா ஜிலேபி செய்திருந்தாள்.

எனக்கொரு தங்கை பிறக்கப் போவதாக சித்தப்பா என்னிடம் வழியில் வைத்துச் சொன்னார். அப்பாவுடன் வந்து விட்டதால் ஸ்ரீமலி சித்தியை அவளது வீட்டில் புறக்கணித்துவிட்டிருந்தார்கள். அதனால் அம்மாவுக்கு சித்தியைப் பார்த்துக் கொள்ளவும், சித்தியுடைய வேலைகளைச் செய்து கொடுக்கவும் வேண்டியிருந்தது. அவள் என்னையும் அழைத்துக் கொண்டு அப்பாவின் வீட்டிலிருந்து புறப்பட்டுவந்த நாளில், மீண்டும் அந்த வீட்டில் காலடியெடுத்து வைக்கக் கூடாதென்றுதான்

நினைத்திருப்பாள். எனினும் இப்போது அம்மா திரும்பவும் அந்த வீட்டுக்குப் போய் வர வேண்டியிருந்தது.

அம்மா ஒருபோதும் அங்கு தனியாகப் போகவில்லை. என்னையோ, சித்தப்பாவையோ அல்லது முன் வீட்டிலிருந்த சிறுமியையோ கூட்டிக் கொண்டுதான் அப்பா வீட்டுக்குச் சென்று வந்தாள். ஒருவேளை ஊரார் ஏதேனும் வம்பு பேச இடமிருப்பதனால் அப்படிச் செய்திருக்கலாம். ஸ்ரீமலி சித்திக்குப் பிறக்கப் போவது தங்கைதான் என்று சித்தப்பா சொன்ன போதிலும், அம்மாவும் சித்தியும் நீலம், இளஞ்சிவப்பு என இரண்டு நிறங்களிலுமே சிறு குழந்தைகளுக்கான ஆடைகளைத் தைத்து வைத்திருந்தார்கள். அம்மா என்னையும் மடியிலமர்த்திக் கொண்டு அவற்றில் பூ அலங்காரங்களைத் தைத்தாள். ஸ்ரீமலி சித்தி மருத்துவமனைக்குச் செல்லும் நாள் நெருங்கிய வேளையில் அம்மா மிகவும் நேர்த்தியாக, சித்திக்குத் தேவைப்படக் கூடிய அனைத்துப் பொருட்களையும் ஒழுங்குபடுத்திக் கொடுத்தாள்.

அம்மா, அப்பாவின் வீட்டுக்குப் போய்வந்தபோதிலும், அப்பா ஒருபோதும் எங்கள் வீட்டுக்கு வரவேயில்லை. அப்பா என்னைப் பார்க்க வந்தது கூட தெருவுக்குத்தானே ஒழிய வீட்டுக்கல்ல. எனினும் ஒருநாள் அருமை புதுமையாக அப்பா எங்கள் வீட்டுக்கு வருவதைக் கண்டேன். நான் அப்போது முற்றத்து மாமரத்தில் சித்தப்பா கட்டித் தந்த ஊஞ்சலில் ஆடிக் கொண்டிருந்தேன். அப்பா வருவதைக் கண்டதும் ஊஞ்சல் தானாகவே நின்றுவிட்டது. அதிலிருந்து எழுந்து அப்பாவிடம் ஓடிப் போகும் தைரியம் எனக்கு வராததற்குக் காரணம் அப்பா வந்த தோற்றத்தினால்தான்.

எனக்கு அதில் ஏதோ வித்தியாசம் தென்பட்டது. அப்பா சுயநினைவில் இல்லை எனத் தோன்றியது. அப்பாவை யாரோ ஏவிவிட்டதுபோல நடந்து வந்தார். அவர் ஒரு சீராக அடியெடுத்து வைத்து நடந்து வரவில்லை. எமது வீட்டுக்குத் தன்பாட்டில் வந்துவிட்டதைப் போலக் காணப்பட்டார். பார்த்த இடத்தையே வெறித்துப் பார்த்தவாறு, சீவனற்றிருப்பது போலத் தென்பட்டார். அப்பா குடித்திருப்பாரோ என்றும் எனக்குத் தோன்றியது. எனினும் அப்பா ஒருபோதும் மதுபானம்

அருந்தியவரல்ல. எனில், அப்பா கால்போன போக்கில் போல, தள்ளாடித் தள்ளாடி எமது வீட்டுக்கு வந்திருந்தது எதற்காக? அப்பா சுயநினைவற்றவர் போல நடந்துவந்து வாசல் படிக்கட்டின் மீது அமர்ந்து விட்டார். நான் ஏதும் செய்ய வழியற்று இருந்த இடத்திலேயே இருந்து பார்த்துக் கொண்டிருந்தேன்.

“யஸோ...”

நான் ஒருபோதும் செவிமடுத்திராதளவு துயரத்துடனான குரலில் சிரமப்பட்டு, இயன்றவரை பாடுபட்டு, அப்பா அம்மாவை அழைத்தார். அம்மா என்னை விடவும் பயந்து போய் கொல்லைப் புறத்திலிருந்து ஓடி வந்தாள்.

“ஐயோ யஸோ...”

அப்பா ஏன் இப்படி ஒப்பாரி வைக்கிறார்? அம்மா, அப்பாவின் அருகில் அமர்ந்து கொண்டாள். அப்பா, அம்மாவின் மடியில் தலை சாய்த்து வேண்டிய மட்டும் அழுது தீர்த்தார். அழுது கொண்டே ஏதேதோ கூறிப் புலம்பினார். “மலீ போயிட்டா யஸோ” என்ற வசனங்களை மாத்திரம் என்னால் ஒருவாறு பொறுக்கிக்கொள்ள முடிந்தது. அம்மா கண்களில் கண்ணீர் பெருக்கெடுத்தோட அப்பாவின் தலையை வருடிக் கொடுத்துக் கொண்டிருந்தாள்.

சித்தப்பாவின் சைக்கிள் குதிரை வேகத்தில் வந்து முற்றத்தின் மத்தியில் நின்றது. சித்தப்பாவுக்கு ஏதேனும் தகவல் கிடைத்திருக்கக் கூடும். சித்தப்பா, அப்பாவை அரவணைத்துக் கூட்டிப் போய் வீட்டினுள்ளே அமரச் செய்தார். வீட்டில் வைத்து திடீரென பிரசவ வலியெடுத்து, பிள்ளைப் பேறு சிக்கலானதில் ஸ்ரீமலி சித்தி செத்துப் போயிருந்தாள்.

ஸ்ரீமலி சித்தியைக் கவனித்துக் கொள்ள அம்மா மாத்திரமே இருந்தாள். ஆனால் அவள் செத்துப்போனபோது எல்லா உறவினர்களும் வந்திருந்தார்கள். சாவு வீட்டின் அனைத்து வேலைகளையும் சித்தப்பா பொறுப்பேற்றுச் செய்து

முடித்தார். எதையும் செய்யுமளவுக்கு அப்பாவுக்கு சுயநினைவு இருக்கவில்லை. சாவு வீட்டில் வைத்து எவ்வளவுதான் அப்பாவைப் பார்க்காதிருக்க அம்மா முயன்ற போதும், அவள் அப்பாவைத்தான் பார்த்துக் கொண்டேயிருந்தாள். சனக் கூட்டம் மத்தியில் அம்மாவுக்கு, அப்பாவை ஆறுதல்படுத்த முடியாத காரணத்தால், சித்தப்பா அம்மாவுக்காக அப்பாவின் அருகிலேயே அமர்ந்திருந்தார்.

ஈமச் சடங்குகள் முடிவடைந்து ஏழாவது நாள் சடங்காக அன்னதானமும் வழங்கியதற்கு அடுத்தநாள் அம்மா விம்மியழும் ஓசை எனக்கு அறையிலிருந்து கேட்டது. சித்தப்பா, அம்மாவிடம் எதையோ தெளிவுபடுத்த முயற்சித்த போதிலும் அம்மா அதை ஏற்றுக் கொள்ளவேயில்லை.

“நானும் இதை விருப்பத்தோட சொல்லல யஸோ. ஆனா இப்ப அண்ணாக்குன்னு யாருமேயில்ல. என்னோட பொஞ்சாதியை பாம்பு கொத்தின நாள்ல இருந்து நான் தனியா இருந்த மனுஷன்தானே. யஸோவுக்கு, நான் தனியாகுறத தாங்கிக்க முடியலன்னா நான் என்னோட தங்கச்சியை குழந்தை குட்டிகளோட இங்க வந்து இருக்கச் சொல்றேன். நீங்க ரெண்டு பேரும் போயிட்டாலும் கூட நான் உங்களைக் கை விட மாட்டேன் யஸோ. நான் உங்களைப் போகச் சொல்றது யாரோ வெளியாள்கிட்ட இல்லையே. இந்த மகனோட அப்பாக்கிட்டத்தானே?!”

அன்றிரவு விடியும் வரைக்கும் கூட அம்மாவின் விம்மலோசை நிற்கவேயில்லை. அம்மா இடைக்கிடையே அழுது தீர்த்தாள். அதனால் எனக்கும் இடைக்கிடையே விழிப்பு வந்தது. சித்தப்பா விடியும் வரைக்கும் விழித்துக் கொண்டேயிருந்தார்.

சைக்கிளில் எம்மைக் கூட்டி வந்த சித்தப்பாவே, மறுநாள் அதே சைக்கிளில் எம்மை அப்பாவின் வீட்டுக்குக் கூட்டிப் போனார். நாங்கள் போனபோது அப்பா, முன்னாலிருந்த வெற்றிலைப் பாத்தியைப் பார்த்தவாறு படிக்கட்டின் மீது அமர்ந்திருந்தார். அதற்கு முன்னர் நாம் அங்கு போன நாளில் அப்பாவும், சித்தியும் அந்த வெற்றிலைப் பாத்திக்குத்தான் பந்தல் கட்டிக்

தக்ஷிலா ஸ்வர்ணமாலி | 117

கொண்டிருந்தார்கள். நாங்கள் வரப் போவதைக் குறித்து அப்பா அறிந்திருக்கவில்லை. சித்தப்பா எமது துணி மூட்டைகளை திண்ணையில் கொண்டு போய் வைத்தார்.

“என்ன தம்பி இது?”

“குழந்தையும், யஸோவும் இங்கேயே இருக்கட்டும் அண்ணா” என எங்கேயோ பார்த்தவாறு பதிலளித்தார் சித்தப்பா. அது கோபத்தினால் அல்ல. சித்தப்பாவின் கண்களிலிருந்த கண்ணீரை அப்பாவிடமிருந்து மறைக்கத்தான். சித்தப்பா தேநீர் கூடக் குடிக்காமல் வந்தவுடனே திரும்பிச் சென்றது, அதற்கு மேலும் இங்கிருந்தால் அழுது விடுவார் என்பதால்தான்.

எனினும், சித்தப்பா நாங்கள் இல்லாத வீட்டுக்குச் சென்று எவ்வளவு அழுதிருப்பார்? ‘எம்முடன் மிகுந்த பாசம் வைத்திருப்பவரிடம் செல்ல வேண்டும்’ என்பதைத் தீர்மானித்திருக்க வேண்டியவர்கள் நானும் அம்மாவும்தானே…? என்றாலும் என்னைப் போலவே அம்மாவும், அப்பாவிடமும் சித்தப்பாவிடமும் ஒரேயளவான அன்போடு இருந்ததால் அம்மாவாலும் அதைத் தீர்மானிக்க முடியாமல் இருந்திருக்கும்.

திரும்பவும் ஒருபோதும் சித்தப்பாவுக்கு என்னை பள்ளிக் கூடத்துக்குக் கூட்டிச் செல்லக் கிடைக்காது என்று நான் நினைத்திருந்தேன். ஆனாலும் தினந்தோறும் விடிகாலையில் சித்தப்பா என்னைப் பள்ளிக்கூடத்துக்குக் கூட்டிச் செல்லவென வேலியோரமாக வந்து நின்றார். அவர் வரும்போதெல்லாம் அம்மா என்னையும் கூட்டிக் கொண்டு தினமும் வாசலிலிருந்து வேலியோரமாக வருவது எனக்குத் துணையாக அல்ல. சித்தப்பாவைப் பார்க்கத்தான். பள்ளிக்கூடம் விட்டு வரும்போதும் அம்மா நாங்கள் இருவரும் வரும்வரை வேலியோரமாக நின்று பார்ப்பாள். அப்பா தனது தவறைத் திருத்திக் கொள்ள சந்தர்ப்பம் கிடைத்துவிட்டது போன்ற மகிழ்ச்சியோடு, இவையனைத்தையும் பார்த்துக் கொண்டிருப்பார். எனினும், சித்தப்பா ஒருபோதும் வேலி தாண்டவேயில்லை.

⊙

தங்கையைத் தேடித் தேடி அவன் அலைந்தான்

அம்மாவிடமிருந்து தகவல் கிடைத்ததும் விடியற்காலையிலேயே புறப்பட்ட குணசிறியும், ருக்மணியும் மத்தியானமானபோது ஊருக்கு வந்து சேர்ந்தார்கள். இப்போது அந்தியாகிவிட்டது. வந்த நேரம் தொடக்கம் குணசிறி ருக்மணியோடு தெருத் தெருவாக அலைந்து திரிகிறான். கடைத் தெருக்கள், வாய்க்கால் பாலங்கள், ஒற்றையடிப் பாதைகள், புதர்கள், நடைபாதைகள், இறப்பர் தோட்டங்கள் என அனைத்திலும் ஏறி இறங்கி தாண்டிக் கடந்து, இப்போதும் அலைந்து கொண்டிருக்கிறான்.

"தங்கச்சி என்கிட்ட கேட்ட எதையுமே என்னால அவளுக்கு வாங்கிக் கொடுக்க முடியல."

"என்ன கேட்டாள்? சீதனம், காணி, காசு ஏதாவதா?"

"இல்ல."

"பிறகு?"

"பட்டுப் புளி சுருளொண்ணும், தைக்குறப்ப கையில ஊசி குத்துப்படாதிருக்கப் போடுற விரல் கவசமொண்ணும். ஊரிலருந்து வேலைக்கு வரக் கிளம்பும்போதெல்லாம், டவுன்ல இருந்து வரும்போது பட்டுப் புளி சுருளொண்ணும், விரல் கவசமொண்ணும் வாங்கிக் கொண்டு வந்து தரச் சொல்லி எல்லா நாளும் சொல்லி அனுப்புவாள். விரல் கவசத்தை பிறகொரு நாள் தையல்கார வீட்டு அம்மா வாங்கிக் கொடுத்திருந்தா.

தக்ஷிலா ஸ்வர்ணமாலி | 119

ஊர்ச் சந்தையில முன்னாடியெல்லாம் பட்டுப் புளி நிறைய இருந்ததுன்னாலும், நாங்க வளர்ந்த பிறகு அவை இருக்கல."

"அப்புறம் நீங்க ஏன் வாங்கிக் கொடுக்கல? கையில அளவாத்தான் காசிருந்ததா?"

"இல்ல. கூடுதலாத்தான் இருந்தது."

"பிறகு?"

"அதுதான் எனக்கும் விளங்காம இருக்கு. நான் ஏன் அப்படிச் செஞ்சேன்?"

"சம்பள நாள்ல?"

"தங்கச்சி காத்துட்டிருப்பாள். நான் வீட்டுக்குத் தேவையான அரிசி, பருப்பு, மசாலாக்களை மட்டும் வாங்கிட்டுப் போவேன்."

"அது போதாதா?"

"இல்ல. தங்கச்சிக்கு பட்டுப் புளி ஒரு சுருள்தான் தேவைப்பட்டுச்சு. ஆனா நான் அதை விட்டுட்டு மற்ற எல்லாத்தையும் வாங்கிட்டுப் போனேன்."

"தங்கச்சி பரீட்சை எழுதிய உடனேயே தையல்கார வீட்டுக்கு கூலிக்கு ஆடை தைக்கப் போனாளா?"

"ஓஹ்! நான் முதன்முதலா ஒரு வேலைல சேர்ந்து சம்பளம் வாங்கும் வரைக்கும் எனக்கு பஸ் காசு தந்தவும் தங்கச்சிதான்."

"பட்டுப் புளியை வாங்கிக் கொண்டு போய்க் கொடுக்கலைன்னதும் தங்கச்சி திட்டினாளா? அழுதாளா?"

"ஒண்ணுமேயில்ல. வாங்கிக் கொண்டு போய்க் கொடுக்கும் நாள் வரும்வரைக்கும் பார்த்துட்டிருந்தா."

"தங்கச்சிக்கு சம்பளம் கிடைச்சப்ப?"

“அவ தைக்குற ஆடைக்கு ஏத்த மாதிரிதான் கூலி கிடைச்சது. வீட்டுச் செலவுக்குப் போனது போக மிச்சத்தை வீட்டுல தையல் மெஷின் இழுப்பறையில போட்டு வைப்பாள். சில நாட்கள்ல அவளுக்கும், அம்மாவுக்கும் ஒரே மாதிரி பூப் போட்ட சீத்தைத் துணியை வாங்கிட்டு வந்து ரெண்டு பேருக்கும் ரெண்டு சட்டை தைத்தெடுப்பாள்.”

“உங்களுக்கு?”

“தையல்கார வீட்டுல காசு கொடுத்து ரெண்டு தடவை, சாரம் ரெண்டு வாங்கிக் கொண்டு வந்து கொடுத்தாள். கூலி கிடைக்கும் ஒவ்வொரு தடவையும் என்ன வேணும்னு என்னிடம் கேட்பாள். நான் ஒண்ணும் வேணாம்னு சொல்வேன். ஒரு நாள் தொதல் அல்வா ஒரு துண்டு கொண்டு வந்து கொடுத்து பிடிச்சிருக்கான்னு கேட்டா. நான் இல்லைன்னு சொன்னேன். இன்னொரு நாள் எள்ளுருண்டை கொண்டு வந்து கொடுத்தாள். நான் வேணாம்னு சொன்னேன். இன்னொரு நாள் பூசணி அல்வா கொண்டு வந்து கொடுத்தாள். போகப் போக தங்கச்சி எனக்குப் பிடிச்சதைத் தேடுறதை நிறுத்திட்டா.”

“அப்படீன்னா நீங்க இப்பவாவது அந்தப் பட்டுப் புளிச் சுருளை நினைச்சுக் கவலைப்படுறத நிறுத்துங்க சிறீ.”

“சின்ன வயசுல நான் வெரலிக்காய் ஊறுகாய் செய்றப்ப பெரிய பங்கை நான்தான் எடுத்துக்குவேன். மிச்சத்தைக் கூட்டாளிகளுக்குக் கொடுப்பேன். தங்கச்சியை ஏமாத்த நாலஞ்சு காயை போனாப் போகுதுன்னு கொடுப்பேன்.”

“அதுக்கு ஏமாறுவாளா?”

“ஏமாந்தது மாதிரி காட்டிக்கிட்டு இருப்பா. பிறகு தங்கச்சி சாப்பிட்டுட்டு ஒரு காயை மிச்சம் வச்சு அதையும் என்கிட்ட தருவாள்.”

“அதைப் பற்றி ரொம்ப யோசிக்காதீங்க சிறீ. ஊறுகாயைச் செஞ்சது நீங்கதானே.”

“அவளும் செய்வா. அவள் செய்றப்ப எல்லாம் மூணு, நாலு காயை அவள் வச்சுக் கொண்டு மிச்சமெல்லாத்தையும் எனக்குத்தான் கொடுப்பாள்.”

“அப்புறம், நீங்க அதுல கொஞ்சம் அவளுக்குக் கொடுப்பீங்களா?”

“இல்ல. நான் அப்படிக் கொடுக்கல. நானே எல்லாத்தையும் எடுத்துக்கிட்டேன்.”

“இருட்டாகப் போகுது சிறீ. எனக்குப் பயமாயிருக்கு.”

“அம்மாவோட வீட்டுலயே இருன்னு உன்கிட்ட நான் சொன்னேன்தானே?”

“என்னால உங்களைத் தனியா அனுப்ப முடியுமா?”

“இப்ப எனக்குத் துணையா நீ வந்திருக்கேன்னாலும், நான்தானே உன்னைப் பாதுகாக்க வேண்டியிருக்கு. தங்கச்சியைப் பாதுகாக்க முடியாமப் போன மனுஷன் நான்.”

“நீங்க கொழும்புல இருந்தீங்க சிறீ. ஊருல நடந்தவைகளுக்கு நீங்க என்னதான் செய்ய முடியும்?”

“தங்கச்சி, அபேபால முதலாளியோட கடைக்கு வந்து என்னோட ஆபிஸுக்கு ஃபோன் பண்ணுவா.”

“நீங்க என்கிட்ட சொல்லவேயில்லையே.”

“உன்கிட்ட சொல்ற அளவுக்கு எனக்கு அது ஒரு பெரிய விஷயமில்ல ருக்மணி. ஆனா தங்கச்சி எனக்கு ஃபோன் பண்ணின நாள்ல அவள் தெருவுல சந்திக்குற ஒவ்வொருத்தர்கிட்டயும் அண்ணா கூட கதைச்சேன்னு பெருமையா சொல்லிட்டே நடப்பாளாம்.”

“அதோ தெரியுதே... அந்த ஸ்கூல் மூடப்பட்ட ஒண்ணா?”

“ஆமா. இப்ப மூடப்பட்டிருக்கு. நானும் தங்கச்சியும் அந்த ஸ்கூலுக்குப் போனப்ப கூட மொத்த ஸ்கூல்லயும் முப்பது,

நாற்பது பேர்தான் இருந்தாங்க. இந்த வரப்பு வழியாத்தான் ஸ்கூலுக்குப் போவோம். தங்கச்சியும் என் பின்னாடியே நடந்து வருவா. வரப்பு முழுக்க சேறா இருக்குற காலத்துல 'ஐயோ அண்ணா வழுக்கி விழுந்துடுவேன் போலிருக்கு. கொஞ்சம் திரும்பிப் பார்த்துப் பார்த்து மெதுவாப் போ'ன்னு சொல்வா. நான் ஒருபோதும் திரும்பிப் பார்த்ததில்ல."

"அப்புறம், தங்கச்சிதான் விழலையே சிறீ."

"ஒரு நாள் விழுந்தா. வெள்ளைச் சீருடை முழுக்க சேறு பட்டிருந்துச்சு. ரெண்டு பேருமே திரும்ப வீட்டுக்குப் போயிடலாம்னு தங்கச்சி சொன்னா. நீ வீட்டுக்குப் போ. நான் ஸ்கூலுக்குப் போறேன்னு நான் சொன்னேன்."

"அவள் திரும்ப வீட்டுக்குப் போனாளா?"

"இல்ல. தனியாப் போகப் பயமாயிருக்குன்னு சொல்லி ஓடையில இறங்கி சேற்றைக் கழுவிட்டு ஈர உடுப்போடே என் பின்னால ஸ்கூலுக்கு வந்தா."

"சேற்றைக் கழுவிக் கொள்ளும்வரைக்குமாவது நீங்க கூட இருந்தீங்கதானே?"

"ஆமா. ஆனா கழுவிக்குறதுக்கு நான் உதவி செய்யல."

"ஆனாலும் நீங்க அவள் வரும் வரைக்கும் கூட இருந்தீங்கதானே."

"ஒரு நாள் தங்கச்சி ஸ்கூல் மைதானத்துல விழுந்ததுல கால் காயமாகிடுச்சு."

"ரொம்பவா?"

"இல்ல. மேற்தோல் உராய்ஞ்சிருந்துச்சு. தங்கச்சி, என்னோட வகுப்பு மதில் சுவருக்கருகில வந்து நின்னு டீச்சர் போகும்வரை பார்த்துட்டிருந்துட்டு என்கிட்ட வந்தா. வந்து 'எரியுது. வாயால ஊதி விடுண்ணா'ன்னு சொன்னா. நான் ஊதி விடல ருக்மணி."

"நீங்க எதுவுமே செய்யலையா?"

தக்ஷிலா ஸ்வர்ணமாலி | 123

"குரும்பட்டியொண்ணை கல்லுல உராய்ஞ்சு காயத்துல பூசி விட்டேன்."

"அது போதாதா?! சரி... தங்கச்சியை இப்படித் தேட முடியாது சிறீ. ஒரு தடயம் கூட இல்லையே."

"பின்ன வேறெப்படி நாங்க தேடுறது? யார்கிட்ட சொல்றது? ஐயோ... தங்கச்சியை அவங்க சித்திரவதை செய்வாங்களோ தெரியாது ருக்மணி. ஐயோ... அவங்க தங்கச்சியை ஒரேயடியாக் கொன்னு போட்டா நல்லது. கொஞ்சமா மேற்தோல் உரிஞ்சதுக்கே அன்னிக்கு தங்கச்சி ரொம்ப அழுதாள்."

"நாங்க இன்னும் கொஞ்சம் முன்னாடி போய்ப் பார்ப்போம். தங்கச்சியோட தோழர்கள் யாரையாவது சந்திச்சா நல்லாருக்கும்."

"தங்கச்சியோட மூணு கவுண்களையும் கழுவிக் காய வைக்க வெயிலில்லாத நாட்கள்ல, தங்கச்சி கந்தலான பழைய குட்டையாகிப் போன கவுணை வீட்டுல உடுத்திருப்பாள். அப்ப தோழர் ஜெயதேவ என்னைச் சந்திக்க வந்தா, தேத்தண்ணிய எடுத்துக் கொண்டு வரும் தங்கச்சி 'திண்ணைக்கு வர ஏலாது, கவுண் குட்டையா இருக்கு'ன்னு சொல்வாள். ஆனாலும் எனக்கு அது அவ்வளவு குட்டையாத் தெரியல. எதுக்கும் நான் உள்ளே போய் தேத்தண்ணி எடுத்துட்டு வருவேன். அம்மா தன்னோட உள் பாவாடைக்கு மேல உடுத்திருக்குற துணியைக் கழற்றி தங்கச்சியிடம் கொடுப்பா உடுத்துக்கச் சொல்லி."

"தங்கச்சியைக் கடத்தியிருக்க மாட்டாங்க. அவளோட தோழர்களோடு சேர்ந்து எங்காவது போயிருக்க மாட்டாளா?"

"அப்படீன்னா வாசல் கதவைச் சாத்திட்டுத்தானே போயிருப்பாள்? வாசல் கதவு திறந்து கிடந்துச்சு. அம்மா வெளியே போயிருந்தா. லேசா இருட்டு சூழ்ந்தாலே தனியா முற்றத்தில் இறங்க தங்கச்சி பயப்படுவாள். போகப் போக அவளோட வேலைகளுக்காக அங்கிங்கு போக வேண்டி வந்தப்ப கூட யாரோடாவது சேர்ந்துதான் போனாள். அவங்களும் அவளோடு வழித்துணைக்கு வந்தாங்க. ஆனா அவள் என்னை வழித்துணைக்குக் கூப்பிட்ட

போதெல்லாம், ஒருநாளும் நான் அவளோடு துணைக்குப் போனதில்ல."

"ஏன் அவ ஸ்கூலுக்குப் போனப்ப, கூடப் போனீங்கதானே?"

"அது, நானும் ஸ்கூலுக்குப் போனதாலதானே?! முதல் தடவையா அவள் தையல்கார வீட்டுக்கு வேலைக்குப் போனப்போ என்னைத் துணைக்கு வரக் கூப்பிட்டாள். 'எப்பவும் இதைச் செய்ய முடியாதுதானே. தனியாப் போகப் பழகிக்கோ'ன்னு நான் சொன்னேன்."

"அது உண்மைதானே. தனியா அங்கயிங்க போகப் பழக வேணுமே. இப்படி வேலைக்குப் போகத் தொடங்கினா அதுக்கும் பழகத்தானே வேணும்."

"ஆனா தங்கச்சி தைக்கப் போகவும் மல்லிகாவைத் துணைக்குக் கூட்டிட்டுப் போகத்தான் பழகியிருந்தா. அந்த வேலைகளுக்குக் கூட தனியாப் போகல."

இறப்பர் தோட்டத்தின் மேட்டுப் பகுதிக்கு வந்து, வயலைக் கடந்து, பள்ளிக்கூட வளாகத்துக்கு மேலால் ஒற்றையடிப் பாதையை வந்தடையும் வரைக்கும் குணசிறிக்கு எவ்விதத் தடயமும் கிடைக்கவில்லை. வழியில் குறிப்பாக எவரையும் சந்திக்கக் கூட இல்லை. சந்தித்தவர்களும் கூட தங்கச்சியை நேற்றோ, முன் தினமோ கண்டிருக்கவில்லை.

"நாங்க வீட்டுக்கு வந்தவுடனே 'தங்கச்சி இடதுசாரி வகுப்புகளுக்குப் போனது உன்னாலதான்'னு சொல்லி எதுக்காக அம்மா உங்க மேல எரிஞ்சு விழுந்தா?"

"ஹ்ம்... நான் சொன்னதாலதான் போனாளாம்."

"நீங்களா போகச் சொன்னீங்க?"

"இல்ல. தங்கச்சி ஒரு நாள் எனக்கு ஃபோன் பண்ணிக் கேட்டா... தோழர் ஜெயதேவவோடு வகுப்புக்குப் போகட்டுமான்னு."

"அதுக்கு?"

தக்ஷிலா ஸ்வர்ணமாலி | 125

“நான் சரின்னு சொன்னேன்.”

“தங்கச்சி அதையுமா உங்கக்கிட்ட கேட்டா?”

“தங்கச்சி வகுப்புக்குப் போகக் கேட்கல... தோழர் ஜெயதேவவைத் துணைக்குக் கூட்டிட்டுப் போகட்டுமான்னு கேட்குறான்னுதான் நான் நினைச்சேன். தோழர் ஜெயதேவவுக்கு ரொம்ப நல்ல மனசு. தங்கச்சியை எந்த இடத்துக்கும், எந்த நேரத்திலும் நம்பி அனுப்புறதுக்கு எனக்கிருந்த நம்பிக்கையான உற்ற தோழர் அவர்தான். வகுப்புகளுக்குப் போறதை தங்கச்சிதான் தீர்மானிச்சிருப்பா.”

“ஏன் நீங்க வேணாம்னு சொல்லல? தோழர் ஜெயதேவ கூட போறதுக்கில்ல. இடதுசாரி வகுப்புகளுக்குப் போக வேணாம்னு உங்களுக்கு சொல்ல இருந்துச்சு.”

“நான் எதுக்கு அப்படிச் சொல்லணும்? என்னால அந்த வகுப்புகளுக்குப் போக முடியாமப் போனதை, தங்கச்சி செய்யப் போறதை நினைச்சு நான் சந்தோஷப்பட்டேன். தோழர் ஜெயதேவ என்னைத் தேடித்தான் என் வீட்டுக்கு வந்தார். ஆனா அவனோட உபதேசங்களையெல்லாம் புரிஞ்சுக்கிட்டது தங்கச்சிதான்.”

“அந்தளவு முக்கியம்னா நீங்களும் தோழர் ஜெயதேவ பின்னால போயிருக்கலாமே.”

“அப்பவும் முட்டுக்கட்டையா நீயிருந்தாய். எனக்கு அப்படியொரு முடிவெடுக்க முதுகெலும்பில்லாம இருந்துச்சு. அப்போ நான் நம்ம ரெண்டு பேரைப் பற்றி மட்டும்தான் யோசிச்சேன்.”

“நீங்க செஞ்சதுதான் சரி சிறீ. தங்கச்சி, அம்மாவைப் பார்த்துக்கிட்டு வீட்டுலயே இருந்திருக்கலாம்.”

“ஏன் நான் அம்மாவைப் பார்த்துக்கிட்டு வீட்டுல இருந்திருக்கக் கூடாதா? நான் அவங்க ரெண்டு பேரையும் கை விட்டுட்டு உன் கூட கொழும்புல வாழத் தொடங்கினேன். ஆனா

தங்கச்சி அம்மாவைக் கைவிடல. என்னைக் கைவிடவுமில்ல. எங்களோட தோழர்களைக் கைவிடவுமில்ல.”

“கடைசில இதுதானே நடந்திருக்குது சிறீ.”

“தங்கச்சிக்கு எதிரா இன்னும் ஒரு வார்த்தை கூட நீ சொன்னா என்கிட்ட இருந்து அடி வாங்குவாய் ருக்மணி.”

“ஶ்ரீ! நீங்க ஒருநாளும் எனக்கு இப்படி சொன்னதில்ல.”

“அவங்க தோழர் ஜெயதேவவைப் பிடிச்சு சித்திரவதை செஞ்சு செஞ்சு கேட்டப்பவும் அவர் ஒரு வார்த்தை கூட சொல்லலையாம் ருக்மணி. சித்திரவதை செஞ்சப்பவும் காட்டிக் கொடுக்காம உயிர் விட்டாராம். தோழர்கள் அப்படிச் சாகும்போது நான் சுகமா வாழ்ந்துட்டிருக்குறதைக் குறிச்சு எனக்கு வெட்கமாயிருக்கு ருக்மணி.”

தொலைவில் வாய்க்கால் பாலத்தினருகே சிறியதொரு ஜனக் கூட்டம் குழுமியிருந்து ஓடைக்குள் எதையோ எட்டிப் பார்த்துக் கொண்டிருப்பது தென்பட்டது. குணசிறி அப்படியே தரையில் அமர்ந்து விட்டான். முழங்கால்கள் இரண்டையும் தரையில் ஊன்றி நெற்றியைத் தரையில் வைத்தான். இரண்டு கைகளாலும் தலையைக் கட்டிப் பிடித்தான்.

“எழும்புங்க சிறீ. நாங்க பக்கத்துல போய்ப் பார்ப்போம். நான்தான் உங்க கூடவே இருக்கேனே.”

“எனக்கு பயமாயிருக்கு ருக்மணி.”

“அழாதீங்க சிறீ.”

“ஐயோ... அது தங்கச்சியா இருக்குமா ருக்மணி? தங்கச்சிக்கு உயிரிருக்குமா? ஐயோ... அவங்க என்னோட தங்கச்சியை சித்திரவதை செஞ்சிருப்பாங்களா? ஐயோ... அவளைப் பார்க்க என்னால முடியாது ருக்மணி. அவளோட உடம்புல துணி ஏதாவது இருக்குமா? ஐயோ... கவுண் குட்டையாயிருக்குன்னு சொல்லி அவள் ஜெயதேவவுக்கு தேத்தண்ணி எடுத்துட்டு

வரல ருக்மணி. அவளை அவங்க ஒரே தடவையில சுட்டுக் கொன்னிருந்தா நல்லாருக்கும். ஐயோ... ரத்தம் எல்லாம் வந்திருக்கும் ருக்மணி. அவளோட கால்ல மேற்தோல் உரிஞ்ச நாள்ல என்னால ஊதிவிட முடியாமப் போச்சே. ஐயோ...”

⊙